AF659838

ഗ്രീൻ ബുക്സ്

മിനിക്കഥകൾ

സി. രാധാകൃഷ്ണൻ

നോവലിസ്റ്റ്, സംവിധായകൻ, ശാസ്ത്രലേഖകൻ.
1939-ൽ പൊന്നാനിയിൽ ജനിച്ചു.
പൂനയിലും കൊടൈക്കനാലിലും റിസർച്ച് ഇൻസ്റ്റിറ്റ്യൂട്ടുകളിൽ സയന്റിഫിക് അസിസ്റ്റന്റായി പ്രവർത്തിച്ചു. പൊരുൾ എന്ന മാസിക നടത്തിയിരുന്നു. സയൻസ് ടുഡെ മാസികയുടെ സീനിയർ സബ് എഡിറ്റർ, ലിങ്ക്-പാട്രിയറ്റ് പ്രസിദ്ധീകരണങ്ങളുടെ അസിസ്റ്റന്റ് എഡിറ്റർ, ഭാഷാപോഷിണിയുടെ എഡിറ്റർ-ഇൻ-ചാർജ്, വീക്ഷണത്തിന്റെയും മാധ്യമത്തിന്റെയും എഡിറ്റർ, എസ്.പി.സി.എസ്. പ്രസിഡന്റ് എന്നീ നിലകളിൽ സേവനമനുഷ്ഠിച്ചു. നോവൽനവകം, തീക്കടൽ കടഞ്ഞ് തിരുമധുരം, ഉള്ളിൽ ഉള്ളത്, ഗീതാദർശനം, കാലം കാത്തുവെക്കുന്നത് എന്നീ ബൃഹത്കൃതികളും അമ്പതോളം ചെറുനോവലുകളും നാനൂറിലേറെ ചെറുകഥകളും നാലു നാടകങ്ങളും രണ്ടു കവിതാസമാഹാരങ്ങളും ശാസ്ത്ര ലേഖനങ്ങൾ ഉൾപ്പെടെ അഞ്ഞൂറിൽപ്പരം പ്രബന്ധങ്ങളും രചിച്ചു. മകൻ ഡോ. ഗോപാലുമായി ചേർന്ന് ഭൗതികപ്രപഞ്ചത്തിന് ബലങ്ങളുടെ ഏകീകരണത്തിനുതകുംവിധം, ഒരു പുതുമാതൃക അവതരിപ്പിച്ചു. (Ref: c.radhakrishnan.info.)

പുരസ്കാരങ്ങൾ: കേന്ദ്ര സാഹിത്യ അക്കാദമി അവാർഡ്, കേരള സാഹിത്യ അക്കാദമി അവാർഡ്, വയലാർ അവാർഡ്, ജി. ശങ്കരക്കുറുപ്പ് അവാർഡ്, മൂലൂർ അവാർഡ്, അച്യുതമേനോൻ അവാർഡ്, അബുദാബി ശക്തി അവാർഡ്, ലളിതാംബിക അന്തർജനം അവാർഡ്, പത്മപ്രഭാ പുരസ്കാരം, ജ്ഞാനപീഠം ട്രസ്റ്റിന്റെ മൂർത്തീദേവി പുരസ്കാരം, എഴുത്തച്ഛൻ പുരസ്കാരം, മാതൃഭൂമി പുരസ്കാരം.

കേന്ദ്ര സാഹിത്യ അക്കാദമിയുടെ നിർവാഹകസമിതിയിൽ അംഗമായിരുന്നു. തുഞ്ചത്തെഴുത്തച്ഛൻ മലയാള സർവ്വകലാശാല ഡി.ലിറ്റ് നൽകി ആദരിച്ചു.
കേന്ദ്ര സാഹിത്യ അക്കാദമിയുടെ വിശിഷ്ടാംഗത്വം ലഭിച്ചു.
ഇപ്പോൾ സമസ്ത കേരള സാഹിത്യ പരിഷത്തിന്റെ അദ്ധ്യക്ഷൻ.

ഭാര്യ: വത്സല. മകൻ: ഗോപാൽ. മരുമകൾ: സുഭദ്ര ഗോപാൽ.
പേരമക്കൾ: ഹരിഗോവിന്ദ്, നവനീത് കൃഷ്ണൻ, ഹരികൃഷ്ണൻ.

ഗ്രീൻ ബുക്സ് പ്രസിദ്ധീകരിച്ച
ഗ്രന്ഥകാരന്റെ ഇതരകൃതി

അവനിവാഴ്‌വുകളുടെ അടിവേരാഴങ്ങൾ

മിനിക്കഥകൾ

സി. രാധാകൃഷ്ണൻ

ഗ്രീൻബുക്സ്

green books private limited
gb building, civil lane road, ayyanthole,
thrissur- 680 003, kerala, ph: +91 487-2381066, 2381039
website: www.greenbooksindia.com
e-mail: info@greenbooksindia.com

branches:
thrissur 8589095302
thiruvananthapuram 8589095301
calicut 8589095307

malayalam
minikkathakal
story
by
c. radhakrishnan

published december 2022
reprinted january 2024
copyright reserved
cover image & illustrations : ambili
cover design : rajesh chalode

printed in india
manipal technologies ltd

isbn : 978-93-95878-41-8

---

no part of this publication may be reproduced,
or transmitted in any form or by any means,
without prior written permission of the publisher.

₹ 140.00
GBPL/1271/2022

മുഖക്കുറിപ്പ്

സി. രാധാകൃഷ്ണന്റെ പത്തു നോവലെറ്റുകൾക്കു ശേഷം ഗ്രീൻ ബുക്സ് പ്രസിദ്ധീകരിക്കുന്ന രണ്ടാമത്തെ കൃതിയാണ് മിനിക്കഥകൾ. കഥകൾ ചെറുതാണെങ്കിലും അവയിൽ ഒളിഞ്ഞിരിക്കുന്ന മർമ്മങ്ങളും മൂല്യബോധങ്ങളും വായനക്കാരെ ഏറെ ചിന്തിപ്പിക്കുന്നതാണ്. ചിപ്പിയിൽ മുത്ത് ഒളിഞ്ഞിരിക്കുന്നതുപോലെ കഥയിൽനിന്നും ഉള്ളുണർത്തുന്ന വിചാരവികാരങ്ങൾ. ചെറിയ കഥകളിൽനിന്നും ദാർശനികതയുടെ ബോധതലങ്ങൾ ഉരുത്തിരിയുന്നു. ചിന്തിപ്പിക്കുകയും ചിലപ്പോഴൊക്കെ ചിരിപ്പിക്കുകയും ചെയ്യുന്ന അപൂർവ്വ കഥകളുടെ സമാഹാരം.

എഡിറ്റർ

കഥകൾ

അമ്മ

തനിക്ക് മാത്രമായി എന്തെങ്കിലുമൊന്നു വേണമെന്ന് എന്റെ അമ്മ ജീവിതത്തിൽ ഒരിക്കലും എന്നോടു പറഞ്ഞിട്ടില്ല. ഞങ്ങൾ കുട്ടികൾക്ക് വിളമ്പിത്തരാൻ തികയാത്തതോർത്ത് അമ്മയുടെ കണ്ണുകൾ നിറഞ്ഞിട്ടേയുള്ളൂ. എല്ലാവരുടെയും കഴിയുമ്പോൾ തനിക്കായി പാത്രത്തിൽ ഒന്നും ബാക്കി ഇല്ലെന്നു കാണുന്നേരം സന്തോഷിക്കുക മാത്രം ചെയ്തു. ആ സന്തോഷത്തിന്റെ ഉറവിടമെന്തെന്ന് ആരും അറിയാതിരിക്കാനും പാടെത്ര പെട്ടു എന്ന് അമ്മയ്ക്കേ അറിയൂ.

അമ്മയോളം കൃപ മക്കൾക്കുണ്ടെങ്കിൽ ആറ്റിലെ വെള്ളം മേല് പോട്ട് എന്നാണല്ലോ.

ഐവർമഠം ശ്മശാനത്തിലാണ് അമ്മയുടെ ഉടൽ സംസ്കരിച്ചത്. എരിയുന്ന ചിതയുടെ അരികിൽ നടു അറ്റു വേർപെടുമ്പോൾ അവസാനമായി വെള്ളം കൊടുക്കുക എന്ന ചടങ്ങിന് നിൽക്കെ ഞാൻ സത്യമായും കണ്ടു. കൈ ചിതയിൽനിന്നു പുറത്തേക്കു നീട്ടി വിലക്കി വീശി അമ്മ പറയുന്നു, ''ഇത്ര അടുത്തേക്ക് വരണ്ട. ഇത് നല്ല ചൂടാണേയ്. ഇത്തിരി അങ്ങട്ട് മാറി നിന്നോളൂ, തല വെയർക്കണ്ട!''

ഈറനോടെ തുറന്ന ജീപ്പിൽ തിരികെ വരുമ്പോൾ ഭാരതപ്പുഴയിൽ നിന്നു തണുത്ത കാറ്റേറ്റ് തളർന്നു മയങ്ങിയപ്പോൾ ഈ അനുഭവം വീണ്ടുമുണ്ടായി, പിന്നീട് പന്തീരാണ്ടു കാലത്തിനിടെ പലപ്പോഴും!

എത്ര ജന്മംകൊണ്ട് അമ്മക്കടം വീട്ടും എന്നു കണക്കാക്കാൻ ഞാൻ പഠിച്ച ഉന്നതഗണിതം ഒട്ടും മതിയാകുന്നില്ല.

അതിനാൽ, ചെയ്യുന്നതെല്ലാം അമ്മയ്ക്ക് സമർപ്പിക്കാം. ■

ആട്ടിൻകുട്ടി ചെന്നായയോടു പറഞ്ഞത്

പുതുതലമുറയിലൊരു ആട്ടിൻകുട്ടിയോട് പഴയ പതിവനുസരിച്ച് ഒരു മുതിർന്ന ചെന്നായ തന്റെ പൂർവികർ പറഞ്ഞ അതേ ന്യായം ഉന്നയിച്ചു.

''നീ അല്ലെങ്കിൽ നിന്റെ മുതുമുത്തച്ഛന്മാർ എന്റെ ആളുകൾക്കു കുടിക്കാനുള്ള വെള്ളം കലക്കിവെച്ചു, അതിനാൽ നിന്നെ ഞാൻ ശാപ്പാടാക്കാൻ പോകുന്നു.''

മനസ്സാന്നിദ്ധ്യം കൈവിടാതെ ആട്ടിൻകുട്ടി ചിരിച്ചു.

പ്രതീക്ഷിക്കാത്ത ആ ചിരി കണ്ട് ചെന്നായ വേണ്ടത്ര ആശയ ക്കുഴപ്പത്തിലായി എന്ന് ഉറപ്പായപ്പോൾ നമ്മുടെ സ്മാർട്ട് ലാമ്പ് പറഞ്ഞു.

''ഞാൻ വലുതായി എനിക്കു കുട്ടികൾ ഉണ്ടാകും മുമ്പ് നീ എന്നെ തിന്നാൽ നിന്റെ കുട്ടികൾ പട്ടിണി കിടന്ന് ചാവേണ്ടിവരും. അതിനാൽ നീ വല്ല മുതുക്കനാടിനെയും കണ്ടുപിടിച്ചു ഭക്ഷണമാക്കാൻ നോക്ക്.''

ഇപ്പറഞ്ഞതിലെ യുക്തി ചെന്നായയെ കീഴടക്കിയതോടെ യുവ തുർക്കി ഇത്രയും കൂടി അറിയിച്ചു.

''നിന്റെ വംശം നിലനിൽക്കണമെന്നു മോഹമുണ്ടെങ്കിൽ നീയും നിന്റെ ആളുകളും മേലിൽ ഒരു ആട്ടിൻകുട്ടിയെയും ഉപദ്രവിക്കരുത്, മനസ്സിലായോ?''

തല കുലുക്കി ശീലമില്ലാത്തതിനാൽ ചെന്നായ വാലാട്ടി. സമ്മതം അറിയിക്കാൻ വാക്കുകൾ വശമില്ലാത്തതിനാൽ നീട്ടി ഓലിയിടു കയും ചെയ്തു.

■

അടിയുടെ അടിയിൽ

നാലാംക്ലാസ്സിൽ എനിക്കൊരു അദ്ധ്യാപകൻ ഉണ്ടായിരുന്നു. ലാസർ മാസ്റ്റർ. മുഴുക്കൈയൻ ഷർട്ടും അതിൽ ചെയിനുള്ള സ്വർണ്ണക്കുടുക്കുകളും ഉയരം കുറഞ്ഞ ദേഹവും പിന്നോക്കം കോതിയ നീണ്ട മുടിയും എപ്പോഴും പുകയിലപ്പൊടിയുടെ മണവുമുള്ള ഒരാൾ. മേശവലിപ്പിലെ ശീലക്കുടക്കമ്പികൾ, കണക്കുതെറ്റിയാൽ കൈകളിലും പിന്നെ തുടയിലും അടിക്കാനുള്ളതാണ്. സ്കൂളിൽ ഞങ്ങൾക്ക് ഏറ്റവും പേടി ഈ സാറിനെ ആയിരുന്നു. ക്ലാസ്സിൽ ഏറ്റവുമേറെ ശിക്ഷ കിട്ടിയത് എനിക്കും പിന്നെ സാറിന്റെതന്നെ മകനായ കൊച്ചന്തോണിക്കുമാണ്. കൊച്ചന്തോണി വികൃതിയായിരുന്നു. ഞാനോ, കൊച്ചന്തോണിയുടെ ഏറ്റവുമടുത്ത ചങ്ങാതിയും.

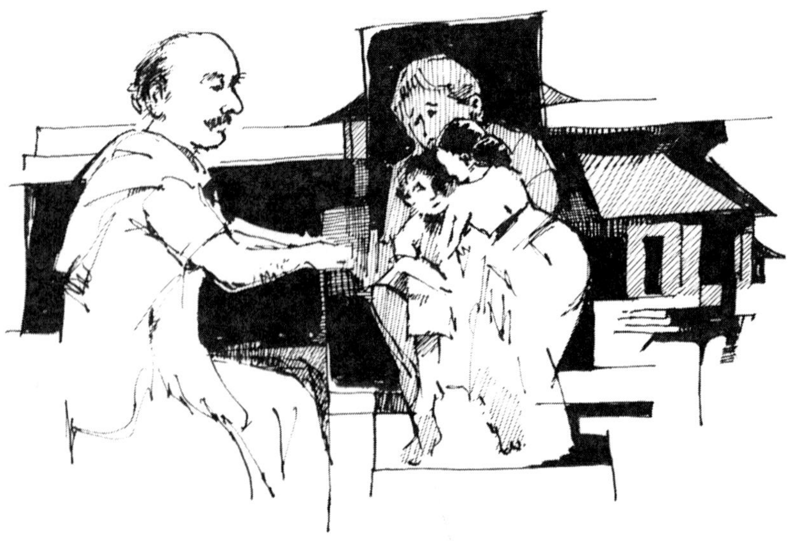

ഒരു ദിവസം ഞങ്ങളിരുവരും സ്കൂളിനു പിന്നിലുള്ള പറങ്കി മാവിൽ കയറി. ആ മരം സ്കൂളിലെ അല്ല. തൊട്ടടുത്ത വീട്ടുകാരന്റെ യാണ്. ബെല്ലടിച്ച് ക്ലാസ്സു കൂടിയപ്പോൾ അയാൾ പരാതിയുമായി സാറിന്റെ മുന്നിലെത്തി. ആരാണ് ആ മരത്തിൽ കയറിയതെന്ന് അയാളെ സാക്ഷി നിർത്തി സാർ ചോദിച്ചു. ഞങ്ങൾക്കു പ്രതികരി ക്കാൻ കഴിയും മുമ്പ് അയാൾ ഞങ്ങളെ ചൂണ്ടിക്കാണിച്ചു.

കിട്ടി, രണ്ടാൾക്കും പൊതിരെ പൂശ. കരഞ്ഞുപിഴിഞ്ഞ് കുറെ കഴിഞ്ഞപ്പോൾ ഞങ്ങളത് മറക്കുകയും ചെയ്തു. പക്ഷേ, വൈകു ന്നേരം എണ്ണ തേപ്പിക്കാൻ പിടികൂടിയ അമ്മ തുടയിൽ ചോര കല്ലിച്ച പാടുകൾ കണ്ടു. അമ്മ സാറിനെ കാത്തിരിപ്പായി. സാറിന് സന്ധ്യ യ്ക്ക് വീട്ടിനു മുന്നിലെ ഇടവഴിയിലൂടെ ഒരു നടപ്പുണ്ട്. വയലിനക്കരെ ഒരു വീട്ടിൽ ചതുരംഗം കളിക്കാനുള്ള പോക്കാണ്. അല്ലെങ്കിൽ കച്ച വടക്കാരനായ ഒരു പരദേശി ബ്രാഹ്മണന്റെ വീട്ടിൽ സംഗീതസദി രിന്.

അമ്മ സാറിനെ വിളിച്ചുവരുത്തി ആദരിച്ചിരുത്തി എന്റെ തുട യിലെ പാടുകൾ കാണിച്ച് കരയാൻ തുടങ്ങി. അമ്മയും സാറിന്റെ ശിഷ്യയാണ്. ഒരു പുഞ്ചിരിയോടെ സാറ് എന്നെ വിളിച്ചു. ഞാൻ മടിച്ചപ്പോൾ എഴുന്നേറ്റ് എന്റെ അരികിൽ വന്നു. എന്നെ വാരി എടുത്ത് നടന്നു. എട്ടൊമ്പതു വയസ്സേ ആയുള്ളുവെങ്കിലും ഞാനന്നൊരു തടിമാടനാണ്. വളരെ പണിപ്പെട്ടാണ് മാഷ് എന്നെ ചുമന്നത്. അമ്മ അന്തംവിട്ടു നോക്കിനിന്നു.

തന്റെ വാടകവീട്ടിന്റെ ഉമ്മറത്താണ് സാർ എന്നെ ചുമടിറക്കി യത്. എന്നിട്ട് എന്നെ മടിയിൽ ഇരുത്തി അകത്തേക്കു വിളിച്ചു. വീട്ടുകാരി വന്നപ്പോൾ ചോദിച്ചു: ''ഇവന് വല്ലാതെ നൊന്തുപോയ തിന് എന്തുണ്ട് ഇവിടെ ഒരു പരിഹാരം?''

ഒരുപാടൊരുപാട് മധുരപലഹാരങ്ങളും പഴവും എന്നെ തീറ്റിച്ചു. എന്റെ തുട തടവി സാർ നെടുവീർപ്പിടുകയായി. എനിക്കൊരു ഉമ്മ പോലും തന്നു. തീറ്റയ്ക്ക് കൊച്ചന്തോണി കൂട്ടിനുണ്ടായി. മാത്രവു മല്ല, സാർ ഞങ്ങളുടെ കൂടെ തലപ്പന്തു കളിക്കാനും വന്നു. എന്നെ കൈ പിടിച്ചു നടത്തി വീട്ടിൽ തിരികെ കൊണ്ടുവന്നാക്കുമ്പോൾ സാർ അമ്മയോടു പറഞ്ഞു: ''നീയിനി അവന്റെ കാലിൽ നോക്ക രുത്. എന്തുകൊണ്ടെന്നാൽ അവൻ നന്നാകുവോളം ഞാൻ അവനെ തല്ലും.''

''ആയിക്കോളൂ,'' അമ്മയുടെ കണ്ണു നിറഞ്ഞു: ''ഞാൻ കാര്യം ഒന്നും അറിയാതെ.''

''നീ ഒന്നും അറിയണമെന്നില്ല. നിന്നെ ഒന്നും കാര്യമായി പഠിപ്പിക്കാൻ ഒത്തില്ലല്ലോ.''

നാലാന്തരത്തിലേക്ക് കയറ്റം കിട്ടിയിട്ട് ഏറെ താമസിയാതെ അമ്മ പഠിപ്പു മതിയാക്കിയിരുന്നു.

എന്നിൽ ഞാൻ അറിയാത്ത ഒരിടം അലിഞ്ഞുടഞ്ഞ് പ്രളയമായതിൽ ശ്വാസം കിട്ടാതെ തേങ്ങി നീന്തി ഞാൻ തളരുമ്പോൾ ഞാൻ അമ്മയുടെ മടിയിലും സാർ പ്രാർത്ഥനയിലുമായിരുന്നു.

■

അമ്പരപ്പിക്കുന്ന ഒരു ചോദ്യം

കൈയിലെ കാരക്കോലുകൊണ്ടു വഴികാണിച്ച് പാപ്പാൻ വീണ്ടും കൽപ്പിച്ചു: ''നടയാനെ!''

ആന അനങ്ങിയില്ല. തുമ്പി ചുഴറ്റിയും ഉറപ്പിച്ചു നിശ്വസിച്ചും ചെവിയാട്ടിയും അതേ നില്പ്.

നടുപ്പുഴയിലാണ് രംഗം. എവിടന്നോ നേർച്ചയോ ആറാട്ടോ കഴിഞ്ഞു കൊണ്ടുവരുന്ന ആനയെ പുഴയിൽ കുളിപ്പിച്ച് മണൽതിട്ടയിൽ കയറ്റി നിർത്തിയിരിക്കുന്നു. പൂഴി വാരി മേലാസകലം പൂശി നില്പാണ് ആ കൂറ്റൻ കൊമ്പനാന. ഞങ്ങൾ കുറെ കുട്ടികൾ ആന എന്ന അത്ഭുതം കണ്ടു നിൽക്കുന്നു. അടുക്കാൻ ധൈര്യമില്ല. തുമ്പി നീട്ടിയാൽ എത്താത്ത അകലെ നിലയുറപ്പിച്ചാണ് കാഴ്ച കാണൽ. നാലുമണിക്കു തുടങ്ങിയതാണ് ആനയുടെ ആ നിൽപ്പും പാപ്പാന്മാരുടെ അനുനയശ്രമവും. ആന അനങ്ങാപ്പാറയായി പുഴയിൽ നിൽക്കുന്നു എന്ന വിസ്മയ വാർത്ത കേട്ട് ഏതാനും കാരണവന്മാരും എത്തിയിട്ടുണ്ട്.

തുലാമാസക്കാലം. കിഴക്കു കറുത്തിരിക്കുന്നു. ഇടിയും മഴയും വരാം. ആനയെ ഗുരുവായൂരെത്തിക്കേണ്ടതുണ്ട് എന്ന് ആരോ പറഞ്ഞു. ഏറെ വടക്കുനിന്നു വരുന്നതാണ്. വൈകിയാൽ പന്തിയാവില്ല. തീറ്റ കൊടുത്തിട്ടില്ല. പിറ്റേന്നാൾ ഏതോ പൂരത്തിന് വേറെ എങ്ങോ കൊണ്ടുപോകാനും ഉണ്ട്. താമസിയാതെ പുറപ്പെട്ടേ തീരൂ.

ഒന്നാംപാപ്പാന് അറുപതു വയസ്സെങ്കിലുമുണ്ട്. അശുവായ ഒരാൾ. തോട്ടി ഇടതുകൈയിലുണ്ട്. കൂച്ചുവിലങ്ങുള്ള ആനയാണ്. വികൃതിയാണെന്നർത്ഥം. ആന അനുസരണക്കേടു കാണിക്കുന്നതിൽ വിഷമമുണ്ടെന്നാലും പാപ്പാൻ യാതൊരു വിധത്തിലും അക്ഷമ പ്രകടിപ്പിക്കുന്നില്ല.

കാരണവന്മാരിൽ ആരോ അയാളോടു ചോദിച്ചു: ''ഇവൻ ഇങ്ങനെ പതിവുണ്ടോ?''

പാപ്പാൻ പറഞ്ഞു: ‘‘ഇല്ല.’’

‘‘മദപ്പാടു വല്ലതും?’’

‘‘അതുമില്ല.’’

‘‘പിന്നെന്താണാവോ? രണ്ടാം പാപ്പാനെവിടെ?’’

ചെറുപ്പക്കാരനായ രണ്ടാം പാപ്പാൻ ദൂരെ പുഴക്കരയിൽ പോയി വാങ്ങിയ ഒരു കുല ചെറുപഴവുമായി അപ്പോൾ വന്നു. ആനയുടെ മുന്നിൽ പത്തമ്പതടി അകലെയായി നിന്നു. പഴക്കുല കാട്ടി ആനയെ വിളിച്ചു: ‘‘ഇങ്ങു നടയാനെ!’’

അപ്പറഞ്ഞത് ആന അനുസരിച്ചു. പഴക്കുല തുമ്പിക്കൈ നീട്ടി വാങ്ങി ഒന്നു ചുഴറ്റി ‘ആനവായി’ൽ നിക്ഷേപിച്ചു. സ്വാദോടെ ചവച്ചിറക്കി. പക്ഷേ, ആ നിന്നേടത്തുനിന്ന് പിന്നെ ഇളകിയില്ല.

‘‘ഈ തോതിൽ,’’ ആരോ ചിരിച്ചു: ‘‘ഗുരുവായൂരെത്താൻ ആയിരം കുല പഴം വേണം.’’

‘‘നല്ല രണ്ടു പൂശ കിട്ടാഞ്ഞിട്ടാണ്.’’ മറ്റൊരു കാഴ്ചക്കാരൻ കണ്ടെത്തി: ‘‘എന്തിനുള്ളതാ പിന്നെ പാപ്പാന്മാരുടെ കൈയിലെ കാരവടി?’’

ഒന്നാംപാപ്പാൻ അതു കേട്ടതായി ഭാവിച്ചില്ല. ആനയുടെ കൊമ്പ് ചെന്നു പിടിച്ച് കവിളത്തു സ്നേഹത്തോടെ തലോടി ആവശ്യപ്പെട്ടു. ‘‘നീങ്ങാനെ!’’

തുമ്പിത്തുമ്പുകൊണ്ട് പാപ്പാന്റെ തോളത്തിരടി സ്നേഹം തിരികെ പ്രകടിപ്പിച്ചെന്നാലും ആന അനങ്ങിയില്ല. കാതോർത്തു നിൽക്കുന്നതുപോലെ. കണ്ണുകളിൽ ആലോചനാഭാവം.

‘‘ആ തോട്ടിയിട്ടൊന്നു പിടിച്ചാൽ ഇവനല്ല ഇവന്റെ അപ്പൻ നീങ്ങും. എല്ലാ ആനക്കാര്യവും തനിക്കറിയാമെന്ന മട്ടിൽ ഒരാൾ പറഞ്ഞു. അത് ആനക്കാരൻ കേട്ടതായി നടിച്ചില്ല.

എന്തൊ അക്കിടി പറ്റിയ മട്ടിലാണ് ആനയുടെ നിൽപ്പ്. ചുറ്റും നടക്കുന്നതൊന്നും കാര്യമായി അറിയുന്നില്ല എന്നു തോന്നിച്ചു. നേരം ഇരുട്ടിത്തുടങ്ങി. കിഴക്കുള്ള കാറു പിന്നെയും കനത്തു.

രണ്ടാംപാപ്പാൻ ആനയുടെ പിൻകാലിൽ ചെന്നു കാരക്കോലു കൊണ്ട് പതുക്കെ തട്ടി പ്രോൽസാഹിപ്പിച്ചു: ‘‘നാണം കെടുത്തല്ലെ, നാരായണാ!’’ എന്നു പറഞ്ഞുനോക്കി. ഗുണമുണ്ടായില്ല.

തീരെ അപ്രതീക്ഷിതമായാണ് ആന പിൻതിരിഞ്ഞ് നടക്കാൻ തുടങ്ങിയത്. തല തിരിക്കാൻ രണ്ടാം പാപ്പാൻ കാരക്കോലുയർത്തി.

പക്ഷേ, തക്കനേരത്ത് ഒന്നാംപാപ്പാൻ തടഞ്ഞു: ‘‘വേണ്ടടൊ. അവൻ കാര്യമായി എന്തോ ഒന്നു കണ്ടിട്ടുണ്ട്. എന്താണെന്നു നോക്കാം.’’

പാപ്പാന്മാർ കൂടെ നടന്നു. പിന്നെ കാഴ്ചക്കാരായി ഞങ്ങളും. ഓടിയാലേ ഒപ്പമെത്തൂ എന്ന കണക്കിനാണ് ആനയുടെ നടത്തം. കുറച്ച് കഴിഞ്ഞപ്പോൾ ആനനടത്തം ഓട്ടം തന്നെയായി.

ആന വിരണ്ടു എന്ന് നിലവിളി പുഴയുടെ മറുകരയിൽനിന്നുമുയർന്നു. ഒളിവിലും മറവിലും നിന്നു കല്ലേറാണ് വിരണ്ട ആനയോട് ആളുകളുടെ പ്രതികരണം എന്നു നിശ്ചയമുള്ളതിനാലാകാം, ഒന്നാം പാപ്പാൻ കുതിച്ചോടി ആനയുടെ മുന്നിൽ ചെന്നുനിന്നു. ആനയോടു കുനിയാൻ കല്പിച്ചു. ഒരു നിമിഷം നിന്ന് പുറത്തുകയറ്റാനുള്ള കല്പന ആന അനുസരിച്ചു. പാപ്പാൻ അത്യുന്നതത്തിൽ ഇരിപ്പായി. ആന വിരണ്ടിട്ടില്ല എന്ന് അതോടെ തീർച്ചയായി. ഓട്ടം പക്ഷേ തുടർന്നു. പുഴയിൽനിന്നു കയറിയിട്ടും ഓട്ടം തന്നെ. നാലു കിലോമീറ്റർ അകലെയുള്ള ജങ്ഷൻവരെ ഓടി. അങ്ങെത്തിയപ്പോഴേക്കും മഴ തുടങ്ങി. ഇടി കനത്തുവെട്ടി.

നടുറോഡിൽ കിടക്കുന്ന ദേവൻ എന്ന ആനയെയാണ് അവിടെ കണ്ടത്. നിയന്ത്രണംവിട്ട വിലാസിനി ഇടിച്ചുവീഴ്ത്തിയതാണ്. തിരൂർക്കു സർവ്വീസ് നടത്തുന്ന ബസ്സാണ് വിലാസിനി. ആളുകളും വിളക്കുകളും വട്ടമിട്ടിരിക്കുന്നു. മൃഗഡോക്ടറെ വിളിക്കാൻ തൃശൂർക്ക് ആളു പോയിരിക്കയാണ്. നാരായണൻ ചെല്ലുന്നതു കണ്ട് എല്ലാവരും അകന്നു നിന്നു.

ഒരുമിച്ചു പുറപ്പെട്ടതാണ് നാരായണനും ദേവനും. ദേവന്റെ രണ്ടാം പാപ്പാന്റെ സംബന്ധവീട് വഴിയിലാണ്. ദേവനെ വഴിവക്കിൽ തളച്ച് അയാൾ അവിടെയൊന്നു കയറി. അതിഥിയായി ഒന്നാംപാപ്പാനും കൂടി. അതിനാൽ ദേവൻ അത്രയും പിന്നിലായി. നാരായണനെ പുഴയിൽ കുളിപ്പിക്കാനുള്ള താമസത്തിനകം കൂടെ എത്താം എന്നായിരുന്നു കണക്ക്. ബസ്സിന്റെ ഇടി ആ കണക്കു തെറ്റിച്ചു. മുറിവുകളൊന്നും ഇല്ല. പക്ഷേ, ദേവൻ എഴുന്നേൽക്കുന്നില്ല.

നാരായണൻ ദേവനെ പരിശോധിക്കുന്ന കാഴ്ച മറക്കാവതല്ല. തടവിത്തടവി ദേവന്റെ വേദനയുടെ ഉറവിടം നാരായണൻ കണ്ടെത്തി. വലതുകൈയിലെ മുട്ട്, അവിടെ ഇടതടവില്ലാതെ തടവലായി പിന്നെ. അങ്ങനെ, മൃഗഡോക്ടർ വന്നതിനകം രോഗനിർണയം കഴിഞ്ഞു.

ഉടലിനടിയിൽ മടങ്ങിക്കിടന്ന ദേവന്റെ വലതുകൈ നാരായണൻ പതുക്കെ വലിച്ചുനിവർത്തുകയും ചെയ്തു. നാരായണൻ കൂട്ടുകാരനെ

താങ്ങിപ്പൊന്തിച്ചാണ് ഡോക്ടറുടെ പരിശോധന നടന്നത്. നാരായണന്റെ സ്നേഹം ഏവരുടെയും ശ്രദ്ധ ആകർഷിച്ചു. തിരികെ പോരുമ്പോൾ ദാർശനികനോ പണ്ഡിതനോ ഒന്നുമല്ലാത്ത ഒരാൾ പറയുന്നതു കേട്ടു: ''മനുഷ്യപ്പറ്റില്ലാത്ത മനുഷ്യർ ആനകളെക്കണ്ടെങ്കിലും പഠിക്കട്ടെ!''

ഈ ആന ആ ആനയ്ക്കു പറ്റിയ അപകടം ഏത് ഇന്റർനെറ്റു വഴിയാണ് തത്സമയം അറിഞ്ഞത് എന്നതാണ് ഇത്രകാലം കഴിഞ്ഞും എന്നെ അമ്പരപ്പിക്കുന്ന ചോദ്യം. ■

ചൊട്ടയിലെ ശീലം...

എന്റെ ആദ്യത്തെ കഥ.

ഞാൻ എന്റെ ജീവിതത്തിൽ എഴുതിയ ആദ്യത്തെ കഥ അച്ചടിച്ചിട്ടില്ല. പൂർത്തിയാകാത്ത ആ കഥയ്ക്ക്, പക്ഷേ, മറക്കാനാവാത്ത പ്രതിഫലം കിട്ടി. ചൂരൽകൊണ്ട് ഓരോ തുടയിലും ഈരണ്ട് അടി.

ആ കഥയുടെ കഥ ചുരുക്കത്തിൽ ഇങ്ങനെയാണ്; ഒരു ദിവസം വീട്ടിൽ ഒരു പൂച്ചയും കുട്ടിയും വന്നു. പൂച്ചക്കുട്ടിയെ എനിക്കു വളരെ ഇഷ്ടമായി. അതിനു ഞാൻ അമ്മിണി എന്നു പേരിട്ടു. പാലു കൊടുത്തു. ഒരാഴ്ച കഴിഞ്ഞു. ഒരു രാവിലെ ഞാൻ കണ്ടത് തള്ളപ്പൂച്ച കുട്ടിയെ കഴുത്തിൽ കടിച്ചുപിടിച്ച് നടക്കുന്നതാണ്. കൊല്ലാനുള്ള പുറപ്പാടാണെന്നു കരുതി ഞാനൊരു കല്ലെടുത്ത് ഊക്കിൽ ഒരു ഏറുകൊടുത്തു. കൊണ്ടത് പൂച്ചക്കുട്ടിക്കായിപ്പോയി. അതു ചത്തു. എനിക്കു സങ്കടമായി. ഞാൻ കുറെ കരഞ്ഞു. അപ്പോഴാണ് അമ്മയിൽനിന്നു ഞാൻ അറിഞ്ഞത്, പൂച്ചക്കുട്ടികളെ തള്ളപ്പൂച്ചകൾ മാറത്തെടുക്കുന്നതിനു പകരം കഴുത്തിൽ കടിച്ചുതൂക്കിയാണ് എടുക്കുക എന്ന്. കുട്ടിക്ക് ഒരു കേടും ഇതുകൊണ്ട് വരില്ല എന്നും.

എന്റെ സങ്കടം ഇതോടെ കൂടുതലായി. എപ്പോഴും ഇതുതന്നെയായി എന്റെ ചിന്ത. അറിവില്ലായ്മ കാരണം ചെയ്ത മാപ്പില്ലാക്കുറ്റം.

അന്നു ഞാൻ ഏഴാംക്ലാസ്സിലായിരുന്നു. ക്ലാസ്സിലിരിക്കുമ്പോഴും അമ്മിണി തന്നെയായിരുന്നു മനസ്സിൽ നിറയെ. ആഴ്ചയിൽ ഒരു ക്ലാസ് സദാചാരപഠനം ആയിരുന്നു. പഠിപ്പിക്കാറുള്ളത് ഡ്രിൽമാസ്റ്ററു കൂടി ആയ വർഗീസു സാർ. ഉരുണ്ടുകളിക്കുന്ന മാംസപേശികളുള്ള ഒരു കരിമല്ലൻ. പരുപരുത്ത ശബ്ദം. സാറിനെ എല്ലാവർക്കും പേടിയായിരുന്നു.

'ചൊട്ടയിലെ ശീലം ചുടലവരെ' എന്നു തുടങ്ങിയ പഴഞ്ചൊല്ലുകളുടെ അർത്ഥം പറഞ്ഞുപഠിപ്പിക്കുകയായിരുന്നു സാർ. നോട്ടു

ബുക്കിൽ എല്ലാവരും ഈ പഴഞ്ചൊല്ലുകൾ കുറിക്കണമെന്നായിരുന്നു നിയമം.

ഞാൻ കുറിച്ചുകൊണ്ടിരുന്നത് അമ്മിണിയുടെ കഥയായിരുന്നു. കഥയായി എഴുതണം എന്നൊന്നും കരുതിയല്ല തുടങ്ങിയത്. അമ്മിണി എന്ന് ഒരു വാക്കെഴുതി. ചന്തമുള്ള അമ്മിണി എന്നു തിരുത്തി എഴുതി. ഉപദ്രവിക്കണമെന്നു വിചാരിച്ചല്ല അതു ചെയ്തത് എന്നു തുടർന്നു. പിന്നെ തുരു തുരെ എഴുതി: അമ്മിണി വീട്ടിൽ ഉണ്ടായിരുന്ന ദിവസങ്ങൾ എത്ര രസമായിരുന്നു. എത്ര പെട്ടെന്നാണ് അമ്മിണി ഇണങ്ങിയത്. അമ്മിണിയുടെ അമ്മയെ കല്ലെടുത്തെറിയാൻ പാടില്ലായിരുന്നു. അങ്ങനെയങ്ങനെ... നടുമുറ്റത്ത് അമ്മിണിയുടെ കൂടെ കളിച്ചതും അമ്മിണി മാന്തിയതും ഒക്കെ എഴുതി. അമ്മിണിയെ മറക്കാൻ ഒരു വഴിയും കാണുന്നില്ലല്ലോ ദൈവമേ എന്നുവരെ എഴുതി.

അത്രയുമെത്തിയപ്പോഴാണ് എന്റെ ചെവിയിൽ ഒരു പിടുത്തം മുറുകിയത്. സാറിന്റെ പിടി. പിടിച്ച പിടിയാലെ എന്നെ എഴുന്നേൽപ്പിച്ചു നിർത്തി സാർ ഉറക്കെ ചിരിച്ചു.

എന്റെ ചെവിയിലെ പിടി വിടാതെ സാർ എന്റെ നോട്ടുപുസ്തകം ഉയർത്തിപ്പിടിച്ച് ഉറക്കെ വായന തുടങ്ങി. ചന്തമുള്ള അമ്മിണി. അമ്മിണി വീട്ടിലുണ്ടായിരുന്ന ദിവസങ്ങൾ എന്തു രസമായിരുന്നു.

എത്ര പെട്ടെന്നാണ് അമ്മിണി ഇണങ്ങിയത്. അമ്മിണിയുടെ അമ്മയെ കല്ലെടുത്തറിയാൻ പാടില്ലായിരുന്നു... ദൈവമേ, അമ്മിണിയെ മറക്കാൻ ഒരു വഴിയും കാണുന്നില്ലല്ലോ.

പെട്ടെന്നു കേട്ടു ഒരു പെൺകുട്ടിയുടെ കരച്ചിൽ.

ക്ലാസ്സിലെ അമ്മിണി എന്ന കുട്ടി.

സാർ അങ്ങോട്ടു തിരിഞ്ഞതും ക്ലാസ്സിലെ ഒരു വിരുതൻ ഉറക്കെപ്പറഞ്ഞു: ''സാർ, സാർ അതാണ് അമ്മിണി.''

പിന്നെ വിചാരണയൊന്നും ഉണ്ടായില്ല. എന്നെ ബോർഡിനു മുന്നിലെ ഒഴിഞ്ഞ സ്ഥലത്തു കൊണ്ടുചെന്നു നിർത്തി സാർ മേശപ്പുറത്തുനിന്നു ചൂരൽ എടുത്തു. ചന്തമുള്ള അമ്മിണി എന്ന വായ്ത്താരിയോടെ അടി തുടങ്ങി.

ചുട്ട പിട.

മുലപ്പാലിന്റെ മണം മാറുംമുമ്പ് വേണ്ടാതീനം തുടങ്ങുന്നോ എന്നു സാർ വീണ്ടും ചൂരലുയർത്തിയപ്പോൾ ഞാൻ അണപൊട്ടിക്കരഞ്ഞ് അറിയിച്ചു: ''പൂച്ചക്കുട്ടി, സാർ. ചത്തു പോയീ, സാർ.''

വരാന്തയിലൂടെ പോകുകയായിരുന്ന ഹെഡ്മാസ്റ്റർ ബഹളവും അടിയും കരച്ചിലും കേട്ട് ക്ലാസ്സിലേക്കു കയറി. തേങ്ങിത്തേങ്ങിക്കരഞ്ഞ് അമ്മിണിയുടെ കഥ മുഴുവൻ ഞാൻ അദ്ദേഹത്തോട് പറഞ്ഞു.

അദ്ദേഹം ഉറക്കെ ചിരിച്ചപ്പോൾ കുട്ടികളും ചിരിച്ചു.

ബെല്ലടിച്ചു. വർഗീസ് സാർ എന്നെ അണച്ചുപിടിച്ച് ചെവിയിൽ പറഞ്ഞു: ''ഞാൻ കാര്യം അറിയാതെയാണ് നിന്നെ തല്ലിയത്. നീ പൂച്ചയെ എറിഞ്ഞപോലെതന്നെ. സാരമില്ല. ദൈവം നിന്നോടും എന്നോടും പൊറുക്കും.''

എനിക്ക് പൂച്ചയമ്മിണി എന്നൊരു പേരു വീണു. പക്ഷേ, അമ്മിണിയെ കൊന്നതിനു തക്ക ശിക്ഷ കിട്ടി എന്ന തോന്നലുകൊണ്ടോ എന്തോ അമ്മിണി പിന്നെ എന്റെ ഉറക്കം കെടുത്താതെയായി.

കേന്ദ്ര സാഹിത്യ അക്കാദമിയുടെ അവാർഡ് കിട്ടിയ കാലത്ത് വന്ന അനുമോദനക്കത്തുകളിൽ ഒന്നു വർഗീസ് സാറിന്റെ വക ആയിരുന്നു. വിശ്രമജീവിതം നയിക്കുന്ന അദ്ദേഹം എഴുതിയത് ഇത്ര മാത്രം; ചൊട്ടയിലെ ശീലം ചുടലവരെ. നിനക്ക് നല്ലതു വരട്ടെ.

■

XXX

ചൂതുകളി

ബാറിൽ ഒരു പൊട്ടിത്തെറി: ''ശെടാ ഭാര്യയെ പണയംവെച്ച് ചൂതുകളിച്ച ധർമ്മപുത്രർ മര്യാദക്കാരനാണെന്ന് പറയുന്ന നിന്നെ ഞാൻ വെറുതെ വിടണമെന്നോ?''

ഒരു മൂന്നാമൻ, ''നീ അവനെ ഒരു ചുക്കും ചെയ്യാൻ പോകുന്നില്ല!''

ഒന്നാമൻ, ''ഒരു കുപ്പിക്ക് ബെറ്റുണ്ടോ?''

മൂന്നാമൻ, 'ഇല്ലാതെ!''

ഒരു നാലാമൻ ഒരു അഞ്ചാമനോട്, ''അടി വീണാൽ അവൻ ചുമ്മാ നിൽക്കുമെന്നാണോ?''

അഞ്ചാമൻ, ''പിന്നല്ലാതെ...?''

നാലാമൻ, ''എന്നാൽ ഞാൻ പറയുന്നു, ഇല്ല. അവൻ തിരിച്ചടിക്കും ബെറ്റുണ്ടോ?''

■

കൺസൾട്ടേഷൻ ഫീ ഇല്ല, ഫ്രീ!

ഞാനും വീട്ടുകാരിയും കൂടി ഈയിടെ ബാംഗ്ലൂരിൽ ചെന്നപ്പോൾ, കുറച്ചിടെയായി അവിടെ ചേക്കേറിയ ഒരു കുടുംബസുഹൃത്തിനെ കാണാൻ പോയി. മുൻകൂട്ടി അറിയിച്ചില്ല, ഒരു സർപ്രൈസ് ആവട്ടെ എന്നു വിചാരിച്ചു. കുട്ടികളൊക്കെ വിദേശത്താണ്. അദ്ദേഹവും ഭാര്യയുമേ ആ വീട്ടിൽ താമസമുള്ളൂ.

പക്ഷേ, ഗെയ്റ്റിലെത്തിയപ്പോഴേ അകത്തുനിന്നു കേട്ടത് മുട്ടൻ വഴക്കാണ്. ശാന്തശീലരായ ആളുകളായിരുന്നു. വീടു തെറ്റിയോ എന്നായി ഞങ്ങൾക്കു ശങ്ക. ശബ്ദം അവരുടേതുതന്നെ എന്നു തീർച്ചയായപ്പോൾ ഭാര്യ എന്നെ നനുക്കെ തോണ്ടി, ''നമുക്കു പിന്നെ വരാം.''

അതു കാര്യമാക്കാതെ ഞാൻ തമ്പിട്ടു നിന്നു. പറഞ്ഞു തീർക്കാവുന്നതാണെങ്കിൽ ശ്രമിക്കാമെന്നുതന്നെ ആയിരുന്നു മനസ്സിലിരിപ്പ്. ആഴ്ചത്തർക്കമാണ് നടക്കുന്നതെന്നു മനസ്സിലായി. ചൊവ്വാഴ്ച ആണെന്ന് ഒരാളും വ്യാഴാഴ്ചയാണ് എന്ന് മറ്റെ ആളും! വെറുതെ കുരയ്ക്കണ്ട എന്നും പിടക്കോഴി കൂകുന്നോ എന്നുമൊക്കെ പരസ്പരം ഉച്ചത്തിൽ പഴി.

സത്യത്തിൽ ബുധനാഴ്ചയാണ് എന്ന വസ്തുത അവരെ പറഞ്ഞു ബോദ്ധ്യപ്പെടുത്താൻ തന്നെ നിശ്ചയിച്ച് ഞാൻ കാളിങ് ബെൽ അടിച്ചു. അപ്പോഴോ, അത്ഭുതമെന്നു പറയാം, വിഷമിച്ചുപോയോ എന്ന മുഖവുരയോടെ ചിരിച്ചാണ് അവർ വാതിൽ തുറന്ന് സ്വീകരിച്ചത്.

എങ്ങും പോകാനില്ലാതെയും ഒന്നും ചെയ്യാനില്ലാതെയും അഹോരാത്രം ഒരുമിച്ചുകഴിയെ അതിപരിചയംകൊണ്ട് പരസ്പരം കണ്ടുകൂടാതാകാതിരിക്കാൻ ഒരു മനശ്ശാസ്ത്രജ്ഞൻ നിർദ്ദേശിച്ച ചികിത്സയാണുപോലും ആഴ്ചയിലൊരിക്കലെങ്കിലും ഇങ്ങനെ ഇല്ലാക്കാര്യം പറഞ്ഞ് വഴക്കിടൽ! വികാരപ്രകടനം കഴിഞ്ഞാൽ ചിരിച്ചുകൊണ്ടവസാനിപ്പിക്കാൻ ഇല്ലാക്കാര്യമല്ലെ പറ്റൂ!

ആർക്കും വേണമെങ്കിൽ പരീക്ഷിക്കാം എന്ന് അവർ ചിരിച്ചു, കൺസൾട്ടേഷൻ ഫീ ഇല്ല.

■

AMBILI

എവിടെയാണ്? ആരാണ്?

ഞാനെന്റെ അയൽക്കാരനോട് പറഞ്ഞു: ''ഞാനാണ് നേതാവ്.''

അവൻ എന്നോട് പറഞ്ഞു: ''അല്ല, ഞാനാണ്.''

തർക്കം തീർക്കാൻ ഞങ്ങൾ ഒരു മൂന്നാമനെ സമീപിച്ചു. അയാൾ തീർത്തും പറഞ്ഞു: ''നിങ്ങൾ രണ്ടുമല്ല, നേതാവ് ഞാനാണ്.''

അങ്ങനെ ഞങ്ങൾ സംശയം തീർക്കാൻ ശ്രമിക്കുന്തോറും ഞങ്ങൾക്ക് അനുദിനം പുതിയ നേതാക്കന്മാരുണ്ടായിക്കൊണ്ടിരുന്നു. അവസാനം, ഞങ്ങളിപ്പോൾ പണ്ട് പൂച്ചകൾക്ക് അപ്പം വീതിച്ചു കൊടുത്ത ഒരു കുരങ്ങനെ തിരക്കി നടക്കുകയാണ്. സൈലന്റ്‌വാലിയിൽ കണ്ടില്ല. ഇനി, തിരുവനന്തപുരത്തെങ്ങാനും ഉണ്ടാ, ആവോ, അതോ, ഡൽഹിയിലോ?

■

കിഴി വന്നുപോയ വഴി

പണ്ടൊരു രാജാവ് പിൻകഴുത്തിൽ വട്ടമറുകുള്ള ഒരാൾക്ക് ആയിരം പൊൻപണം നൽകാൻ നിശ്ചയിച്ചു. അങ്ങനെയൊരാളെ കണ്ടുപിടിച്ച് ഇതു ചെയ്താലേ അടുത്ത യുദ്ധം ജയിക്കാനാവൂ എന്ന് ജ്യോതിഷഗുരു വിധിച്ചിരുന്നു.

മറുകുള്ള ആളെ തേടി രാജകിങ്കരന്മാർ നാലുപാടും പോയി. ഇവരിൽ ഒരു സംഘം ഒരു ഉൾനാട്ടിൽ എത്തിയപ്പോൾ ആരോ പറഞ്ഞു, അടുത്ത ഗ്രാമത്തിൽ കോദണ്ഡൻ എന്നൊരാൾ ഉണ്ടെന്ന്. അവിടെ ചെന്ന ഭടന്മാർ അവർ ആദ്യം കണ്ട ആളോട് കോദണ്ഡന്റെ വീടു ചോദിച്ചു.

ചോദിച്ചത് കോദണ്ഡനോടുതന്നെ ആയിരുന്നു. അയാളാകട്ടെ, നുണക്കഥകൾ മെനഞ്ഞും ആരെന്തു ചോദിച്ചാലും തെറ്റായി വിവരം നൽകിയും കളിപ്പിക്കുന്ന ഒരു വിരുതനായിരുന്നു. രാജകിങ്കരന്മാർ ശിക്ഷിക്കാൻ വന്നതാണെന്നു കരുതി അയാൾ അവരെ നേരെ വിപരീതദിശയിലേക്കു പറഞ്ഞുവിട്ടു.

ഭടന്മാർ വട്ടം കറങ്ങി, കുഴഞ്ഞു. അപ്പോഴാരോ പറഞ്ഞു, നിങ്ങളെ ആരോ മനപ്പൂർവം പറ്റിച്ചതാണെന്ന്. കിങ്കരന്മാർ തിരികെ വന്ന് കോദണ്ഡനെ പിടിച്ചുകെട്ടി രാജസന്നിധിയിൽ കൊണ്ടുപോയി രാജകല്പന നടപ്പിലാക്കുന്നത് തടസ്സപ്പെടുത്താൻ ശ്രമിച്ചതായി പരാതിപ്പെട്ടു. തല വെട്ടി വധിക്കാൻ ഉടൻ കല്പനയുമുണ്ടായി.

കഴുത്തു വെട്ടാൻ വാളോങ്ങിയവരാണ് പിൻകഴുത്തിലെ മറുകു കണ്ടത്. വിവരമറിഞ്ഞ രാജാവ് എഴുന്നള്ളി സ്വർണനാണയക്കിഴി കോദണ്ഡനു നൽകിയിട്ടു കല്പിച്ചു - ഇനി ഈ സാമദ്രോഹിയുടെ തല വെട്ടുകയും ഈ പണക്കിഴി ഖജനാവിലേക്കു കണ്ടുകെട്ടുകയും ചെയ്യുവിൻ. ■

മൃഗരാജദൈവം?

സിംഹത്തോട് ദൈവം ചോദിച്ചു: ''നീ ദൈവത്തെ അറിയുന്നോ?''

സിംഹം പറഞ്ഞു, ''അറിയുന്നു.''

''എങ്കിൽ ദൈവം എത്തരക്കാരനെന്ന് പറ.''

''ചെറുപ്രാണികളെ തിന്നുന്ന ചെറുമീനിനെ തിന്നുന്ന വലിയ മീനിനെ തിന്നുന്ന തവളയെ തിന്നുന്ന പാമ്പിനെ തിന്നുന്ന പരുന്തിനെ തിന്നുന്ന നിഷാദനെ തിന്നുന്ന രാക്ഷസനെ തിന്നുന്നത് ആരോ ആ കക്ഷിതന്നെയാണ് ദൈവം. കാരണം, സർവഭക്ഷകനായ ആ കക്ഷിയെ ആരും തിന്നുന്നതായി അറിവില്ല.''

ഇത് ഹെർ ഹിറ്റ്ലറുടെ പിറവിക്കും മുമ്പായിരുന്നു. ■

നിർവികാരപർവ്വം

അറുകൊലയാണ് കൺമുന്നിൽ നടക്കുന്നത്. പക്ഷേ, അയാൾക്ക് ഒന്നുമേ തോന്നിയില്ല. വെറുതെ കണ്ടു നിന്നു. ഉച്ചനേരമായതിനാൽ വാഹനത്തിരക്ക് അല്പം കുറഞ്ഞ വീതിയുള്ള ടാർനിരത്തിനു നടുവിൽ ഒരാൾ മറ്റൊരാളുടെ തല തല്ലിത്തല്ലി ചതയ്ക്കുന്നു. രണ്ടും ചെറുപ്പക്കാർ ഏതാണ്ട് ഒരേ പ്രായക്കാർ, തണ്ടും തടിയും ഉള്ളവർ.

ഒന്നും തോന്നാത്തവർ അയാൾ മാത്രവുമല്ല. വാഹനങ്ങൾ ഈ രംഗവേദിക്ക് ഇരുവശത്തൂടെയും വഴി മാറി പക്ഷേ, വേഗം കുറയാതെ, പോകുന്നു. എല്ലാതരം വാഹനങ്ങളും ഉണ്ട്. നിരത്തിനിരുവശത്തെയും നടപ്പാതകളിൽ ഉള്ളവരും അവരുടെ പാട്ടിനു പോകുന്നു. ചിലർ, അതും അപൂർവം ചിലർ, അഞ്ചാറടി ചെന്ന് അലസം തിരിഞ്ഞു നോക്കുന്നില്ലെന്നില്ല. അവരുടെയും മുഖം പക്ഷേ, ഒരു ഭാവവും കാണിക്കുന്നില്ല.

കുറച്ചകലെ, ഏതാണ്ടൊരു വിളിപ്പാടു ദൂരെ, പൊലീസുകാരൻ ട്രാഫിക്ക് ദ്വീപിനു നടുവിൽ ഉണ്ട്. അയാൾ വിസിലടിക്കുന്നതൊന്നും ഇങ്ങോട്ടു നോക്കിയല്ല. നിയമസമാധാനപാലനം ട്രാഫിക് നോക്കുന്ന ആളുടെ ചുമതലയല്ല.

സ്റ്റോപ്പിൽ ഒന്നിനു പിറകെ ഒന്നായി ഇരട്ടനിലയുള്ളതുൾപ്പെടെ അനേകം ബസ്സുകൾ വന്നു നിന്ന് ആളുകളെ ഇറക്കിയും കയറ്റിയും പോകുന്നു. നടപ്പാതയിലെ താൽക്കാലിക കച്ചവടക്കാരുടെ വിളിച്ചു പറയലുകൾ വാഹനശബ്ദങ്ങളുമായി മേളിക്കുന്നു.

വീണേടത്തു കിടന്ന് അടി കൊള്ളുന്നവനിൽ ജീവൻ ബാക്കിയുണ്ടോ എന്ന ചിന്തപോലും ആർക്കും ഇല്ല. തലയിൽ എട്ടുപത്ത് അടിയും ഉടലിൽ രണ്ടുമൂന്നു ചവിട്ടും കിട്ടുവോളം തോറ്റവൻ ശിരസ്സുയർത്താൻ ശ്രമിച്ചിരുന്നു. കറുത്ത നിരത്തിൽ പരന്ന രക്തത്തിനും ക്ഷണത്തിൽ കറുപ്പുനിറമായി. മാളത്തിൽനിന്ന് ഒരു കറുത്ത പാമ്പ് ഇഴയുമ്പോലെ വളഞ്ഞുപുളഞ്ഞാണ് ചോരച്ചാൽ മുന്നേറിയത്.

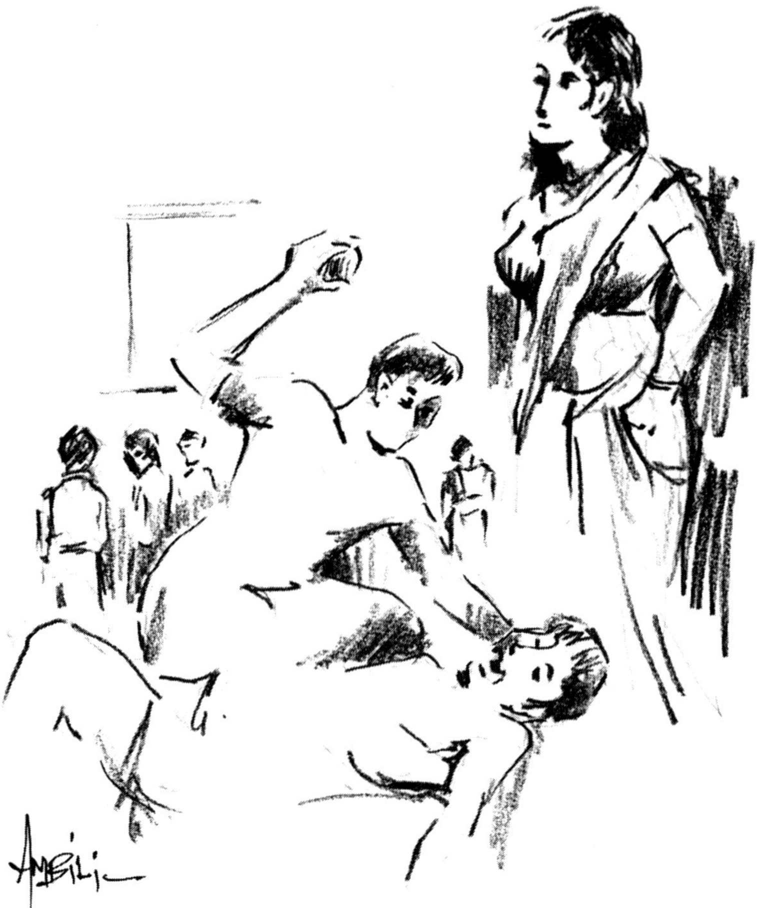

കാഴ്ചയിൽ നിരപ്പാണെന്നാലും ഒരു വഴിയും സമനിരപ്പല്ല എന്നു തന്നെ.

ജയിച്ചവൻ തോറ്റവന്റെ മൃതദേഹത്തിൽ കാർക്കിച്ചു തുപ്പി വടി ആ ശരീരത്തിനു കുറുകെ ഇട്ട് ജയത്തിൽ സന്തോഷമോ ഗർവോ ഒന്നുമില്ലാതെ, ഒട്ടും ധൃതിയോ നിയമപാലകരെ തെല്ലും ഭയമോ കൂടാതെയും, പതുക്കെ നടന്നകലുന്നു. അയാളോട് ആരും ഒന്നും ചോദിക്കുന്നില്ല, അയാൾ ആരോടും ഒന്നും പറയുന്നുമില്ല. നടപ്പാതയിലെ ബസ് ക്യൂവിന്റെ അറ്റത്ത് ചെന്നു നിൽക്കുന്നത് തൊട്ടുമുന്നിൽ അപ്പോഴേ ഉണ്ടായിരുന്ന ആളോ പെട്ടെന്നുതന്നെ പിന്നിൽ വന്നു നിന്ന് ആളോ ശ്രദ്ധിക്കുന്നില്ല. മുന്നിൽ നിൽക്കുന്നതൊരു മദ്ധ്യവയസ്കയായ സ്ത്രീ. കറുത്ത കണ്ണടയിലൂടെ അവരൊരു ഫാഷൻ മാസിക വായിക്കുന്നു. പിന്നിലുള്ള ഇറുക്കു കാലുറയിട്ട് ചെറുപ്പക്കാരൻ ചൂവിങ്ഗം ചവയ്ക്കുകയും ഒപ്പം മൊബൈലിൽ ഏതോ വിനിമയത്തിലെ കമ്മീഷനെപ്പറ്റി സംസാരിക്കുകുയും ചെയ്യുന്നു.

പോകാനൊരു ഇടമില്ലാത്തതിനാലും എവിടെ പോയിട്ടും പെട്ടെന്നൊരു കാര്യവും ഇല്ലാഞ്ഞുമാണ് ബസ്സ്റ്റോപ്പിലെ തണലിൽ അയാൾ നിന്നത്. ഗുരുദ്വാരയിലെ പ്രഭാത അന്നദാനം വയറിന്റെ സമനില ഉറപ്പാക്കിയിരുന്നു. ദൈവത്തിനു നൽകപ്പെടുന്നത് ഏറ്റുവാങ്ങാൻ വെറുതെ കൈ നീട്ടിയാൽ മതി.

നിരത്തിലെ ശരീരത്തിനരികിലേക്ക് ഒരു ചെറുപ്പക്കാരി ഓടിയെത്തിയതോടെ ഏതാനും മുഖങ്ങൾ അങ്ങോട്ടു തിരിഞ്ഞു. ഓട്ടത്തിൽ പറന്ന ചേലത്തുമ്പും ചകിരിനാരുമുടിയും നേരെയിടാൻ മെനക്കെടാതെ അവൾ ആ ദേഹത്തിനരികിൽ ഇരുന്നു. മാറിൽ ജാക്കറ്റിന്റെ കുടുക്കുകൾ അറ്റുപോയിരുന്നു. ഒരു മുല മുഴുവനായും മറ്റേതു പാതിയും പുറത്തുകാണാം.

കമിഴ്ന്നു കിടന്നവനെ അവൾ മലർത്തിയിട്ടത് കരിയടുപ്പിൻമുകളിലെ ചപ്പാത്തി കൈകാര്യം ചെയ്യുന്ന ലാഘവത്തോടെ. കൂടുതൽ പരിശോധനയോ അലമുറയോ ഒന്നും ഉണ്ടായില്ല. അവിടന്നെണീറ്റ് അവൾ ചോളിയുടെ തലയിലൂടെ ഇട്ടതു കഴിച്ചു ബാക്കി മൂല ഭിക്ഷാപാത്രമാക്കി പിടിച്ച് ബസ്സ്റ്റോപ്പിലെത്തി ഒരു സങ്കടവുമില്ലാതെ പറഞ്ഞു, ‘‘ആ ഗതിയില്ലാത്തവനെ ആസ്പത്രിയിലും അവിടന്ന് ചുടുകാട്ടിലും കൊണ്ടുപോകണം. കാശു വല്ലതും തരിക.’’

വരണ്ടുണങ്ങിയ അഴുക്കുചാലിന്റെ മണവുമായി അവൾ അരികിലേക്കു വരുമ്പോൾ കൈയകലത്തു വെച്ചുതന്നെ മിക്കവരും വല്ലതും കൊടുത്തു. കൊടുക്കാത്തവരുടെ ദേഹത്തിൽ മുട്ടിയുരുമ്മുകയും

പോക്കറ്റിൽ കൈയിടാൻ മുതിരുകയും ചെയ്യുന്നു. അതിനാൽ, നോട്ടുകൾ ആ തുണിക്കുമ്പിളിൽ വീഴുന്നുണ്ട്.

അതിനിടയിലേക്കാണ് പാറപ്പുറത്ത് ചിരട്ടയുരയ്ക്കുന്ന ശബ്ദത്തിൽ അലമുറയിട്ട് ഒരു മദ്ധ്യവയസ്ക ഓടിവരുന്നത്. അവർ തെരുവിൽ വീണു കിടക്കുന്നവനെ ഓമനപ്പേരു വിളിച്ച് നിരത്തിലുരുണ്ടു കരയുന്നതിനിടെ തുണിക്കുമ്പിളിൽ പണം പിരിക്കുന്ന ചെറുപ്പക്കാരിയെ കാണുന്നു. പിടഞ്ഞെണീറ്റ് ശരംപോലെ വന്ന് ഒരു ശാപവാക്കുമുച്ചരിച്ച് കുമ്പിളിലെ പണമത്രയും പിടിച്ചുപറ്റാൻ ശ്രമിക്കുന്നു.

■

പതിനൊന്നാമത്തെ അവതാരം

ഒരിക്കൽ ഒരിടത്ത് അതിസുന്ദരിയായ ഒരു രാജകുമാരി ഉണ്ടായി.

അവൾ അതിസുന്ദരനായ ഒരു രാജകുമാരനെ വേട്ടു.

അവർക്ക് അതിസുന്ദരിയായ ഒരു മകളുണ്ടായി.

അവളും അതിസുന്ദരനായ ഒരു രാജകുമാരനെ വേട്ടു.

അങ്ങനെ അനേകം പരമ്പരകൾ കഴിഞ്ഞപ്പോൾ അഹങ്കാരമായി.

ഏറ്റവും പുതിയ തലമുറയിലെ അതിസുന്ദരിയായ രാജകുമാരിയും പതിവുപടി അതിസുന്ദരനായ ഒരു രാജകുമാരനെ വേട്ടു.

പക്ഷേ, അവർക്കു ജനിച്ച ആദ്യത്തെ ശിശു അതിവൈരൂപ്യവും രാക്ഷസീയഭാവവും ഉള്ളതായിരുന്നു.

ഇതെന്തുകൊണ്ട് എന്ന് മഹാപണ്ഡിതന്മാർ അവസാനമില്ലാതെ അഹോരാത്രം തർക്കിക്കെ ആ നവജാതശിശു എഴുന്നേറ്റിരുന്ന് അവരോടെല്ലാരോടുമായി പറഞ്ഞു, ഞാൻ അവതരിച്ചത് എന്റെ കുലത്തിൽ എനിക്കു മുൻപ് ജനിച്ചവരുടെ സൗഭാഗ്യം ആരുടെയും തറവാട്ടു സ്വത്തല്ലെന്നു ബോദ്ധ്യപ്പെടുത്തിത്തരാനാണ്, മണ്ടന്മാരെ! ■

വാൽക്കഷണം

വെള്ളക്കാരനായ കളക്ടറുടെ പുറകിൽനിന്നു മാറാതെ നിൽക്കുന്ന ഓയ്ക്കൻ തിരുമേനിയോട് ബന്തോവസ്തുകാരനായ പൊലീസുദ്യോഗസ്ഥൻ ചോദിച്ചു: ''എന്താ നമ്പൂരി മൂപ്പരുടെ പിന്നിൽ സൂക്ഷിച്ചു നോക്കുന്നത്?''

തിരുമേനി ചിരിച്ചു: ''കുരങ്ങ് പരിണമിച്ചുണ്ടായതാണല്ലോ. വാലറ്റം കുറച്ചെങ്കിലും കാണണ്ടെ, ബാക്കി! അത് ഒന്നു നോക്കീതാണ്.''

■

പരമസുഖമാവാൻ

അമ്പലനടയിൽനിന്നെത്തിയ ഉടനെ തിരുമേനിയോട് ഇല്ലത്തെ മുറ്റത്ത് കാത്തുനിന്ന മരക്കച്ചവടക്കാരൻ ചോദിച്ചു, 'ഈ തൊടിയിലെ തടി വിറ്റുകൂടെ?''

''അതെന്തിന്, അതൊന്നും എന്റെ തലയിലല്ലല്ലൊ നിൽക്കുന്നത്?''

''അല്ല, കൈ നിറയെ കാശു കിട്ടും.''

''എന്നിട്ടോ?''

''ഈ ഇല്ലം കേടുപാടു തീർക്കാം.''

''എന്നിട്ടോ?''

''ഒരു കാറും ഏസിയും ഫ്രിഡ്ജുമൊക്കെ വാങ്ങാം.''

''എന്നിട്ടോ?''

''എന്നിട്ടെന്താ, സുഖമായി കഴിയാം.''

''അതേയ്, തനിക്ക് അറിയാത്ത ഒരു കാര്യം ഞാൻ പറയാം. ഒരുപാട് തണലുള്ളതോണ്ട് ഞാൻ ഇപ്പൊ ഇവടെ പരമസുഖായിട്ടാണേയ് കഴീണത്.''

■

സമാന്തരം

വിദ്യാധരൻ ഇനി എന്തുചെയ്യുമെന്ന് അന്നൊന്നും ആർക്കും അറിഞ്ഞുകൂടായിരുന്നു. പത്താംതരം പരീക്ഷയിൽ വിദ്യാധരന് എഴുപത്തിയൊന്നു ശതമാനം മാർക്കു കിട്ടി. പക്ഷേ, ചുറ്റുവട്ടത്തെ മൂന്നു കോളേജുകളിലും സ്കൂളുകളിലും വിദ്യാധരന് പ്ലസ് ടുവിന് പ്രവേശനം കിട്ടിയില്ല. ആറിടത്തും വിദ്യാധരൻ ചാൻസിൽ നിന്നു. മാനേജ്മെന്റ് ക്വാട്ടയിൽ വേണമെങ്കിൽ പരിഗണിക്കാമെന്ന് രണ്ടിടങ്ങളിൽ നിന്ന് അറിയിപ്പുണ്ടായി. പക്ഷേ, തുക താങ്ങാനാവാത്തതായതിനാൽ വിദ്യാധരൻ ചാൻസു കാത്തുതന്നെ ഇരുന്നു.

അങ്ങനെ ഇരുന്നത് വെറുതെ ആയി. സീറ്റുകളിലെല്ലാം മറ്റുള്ളവർ നിറഞ്ഞു. ചാൻസുണ്ട്; പക്ഷേ സീറ്റില്ല എന്ന സ്ഥിതിയായി.

നല്ലപോലെ പഠിക്കുന്ന കുട്ടിയായയാണ് വിദ്യാധരൻ ഈ ചുറ്റുവട്ടത്തൊക്കെ ആദ്യമേ അറിയപ്പെടുന്നത്. ഒരു ക്ലാസ്സിലും തോറ്റിട്ടില്ല. എന്നല്ല, താഴെയുള്ള ക്ലാസ്സുകളിൽ വെച്ചേ നല്ല മാർക്ക് വാങ്ങാറുമുണ്ട്. പഴയ കാലത്ത് വലിയ പ്രതാപമൊക്കെയുള്ള കുടുംബമായിരുന്നു. ഇപ്പോൾ കഷ്ടിയാണ് ജീവിതമാർഗം. നാളികേരത്തിനും അടയ്ക്കയ്ക്കും വിലയില്ലാതായതോടെ അത് കൂടുതൽ കഷ്ടിയുമായി. അച്ഛനുമില്ല അമ്മയ്ക്കുമില്ല ശമ്പളം കിട്ടുന്ന തൊഴിലൊന്നും. വിദ്യാധരന്റെ താഴെ രണ്ടു പെൺകുട്ടികൾ വലുതായി വരുന്നു.

പരീക്ഷയുടെ ഫലം വന്നപ്പോൾ വിദ്യാധരൻ വലിയ സന്തോഷത്തിലായിരുന്നു. പ്ലസ് ടുവിൽ പ്രവേശനത്തിന് അപേക്ഷിക്കുമ്പോഴും ഉത്സാഹത്തിനു കുറവൊന്നുമുണ്ടായില്ല. പിന്നെ, കാണക്കാണെ ആ ഉത്സാഹം കുറഞ്ഞു. ഒരിടത്തും അഡ്മിഷൻ കിട്ടില്ലെന്നു തോന്നിയതിൽപ്പിന്നെ വീട്ടിൽനിന്ന് പുറത്തിറങ്ങാതായി. ഇറങ്ങിയാൽത്തന്നെ വല്ല ആളൊഴിഞ്ഞ സ്ഥലങ്ങളിലും ഇരിപ്പുണ്ടാവും. അമ്പലനടയിലെ പൊട്ടിപ്പൊളിഞ്ഞ ആൽത്തറയാണ് സ്ഥിരം വേദി. നാലയലത്തെങ്ങും ആരുമില്ലാത്ത സുഖവാസം. കടവാതിലുകളും മരത്തവളകളും കൂട്ട്. ഇലപ്പടർപ്പിനകത്തായതിനാൽ പുറത്തുനിന്ന് കാണുകയുമില്ല.

അപ്പോഴും പക്ഷേ, വഴിയിൽ ആരെയെങ്കിലും കണ്ടാൽ ചിരിക്കാൻ വിദ്യാധരൻ മറന്നില്ല. അത് ജന്മപ്രകൃതിയാണ്. നാട്ടിലെല്ലാവർക്കും അതിനാൽ വിദ്യാധരനെ ഇഷ്ടവുമാണ്. ഞാൻ ഇനി എന്തു ചെയ്യണം എന്ന് വിദ്യാധരൻ ആരോടും ചോദിക്കാത്തതിനാൽ ഈ ഇഷ്ടം അഭംഗുരം തുടരുകയും ചെയ്തു. ചോദിച്ചിരുന്നെങ്കിൽ മട്ടു മാറിയേനെ. മറുപടിയില്ലാത്ത ചോദ്യങ്ങൾ ചോദിക്കുന്നവരെ ആർക്കാണിഷ്ടമാവുക?

അതിനാൽ, ആ ഇടവേളയിൽ വിദ്യാധരന്റെ മനസ്സിലൂടെ കടന്നു പോയതെന്തെന്ന് വിദ്യാധരനു മാത്രമേ അറിയാവൂ. ഒരിക്കൽ ഇവിടത്തെ ട്രാൻസ്ഫോർമറിന്റെ ഫ്യൂസ് കാരിയറില്ലാത്ത ടെർമിനലിൽ വിരലൂന്നി വിദ്യാധരൻ ചിരിച്ചുനിൽക്കുന്നത് കണ്ടവരുണ്ട്. ഇങ്ങനെയൊക്കെ സംഭവിക്കാമെന്നു തിരിച്ചറിവുള്ളതിനാലാകാം, അന്നേരം കറന്റുണ്ടായില്ല. കറന്റില്ലാത്ത അവസരം ഉപയോഗിച്ച് ഫ്യൂസിടുകയാണെന്നേ ആളുകൾ കരുതിയുള്ളൂ. കമ്പിത്തുണ്ടോ ചവണയോ ഒന്നും വിദ്യാധരന്റെ കൈവശം ഇല്ലായിരുന്നു എന്ന വിശദാംശങ്ങളൊക്കെ ആരന്വേഷിക്കാൻ?

പിന്നീടൊരിക്കൽ വിദ്യാധരൻ വളം, കീടനാശിനി എന്നിവകൾ വിൽക്കുന്ന കടയിൽ കയറി കീടനാശിനിക്കു വില ചോദിക്കുകയും ഉണ്ടായി. പയറിലും വെണ്ടയിലും തളിക്കാനുള്ളതാണ് തിരക്കിയത്. വില കേട്ട് മുഖം വാടി ഇറങ്ങിപ്പോന്നു. പെട്ടിവണ്ടിയിൽ കൊണ്ടുവന്ന് ഇറക്കി മൂന്നു കിലോവിന് പത്തുറുപ്പിക എന്ന ആദായനിരക്കിൽ വിൽക്കുന്ന കപ്പ വാങ്ങി മടങ്ങി.

അയൽക്കാരന്റെ തൊടിയിൽ ഒട്ടുമാവുകളുണ്ട്. അവയുടെ പന്തലിച്ച കൊമ്പുകളിൽ ചിലതിന്റെ ബലം വിദ്യാധരൻ പരീക്ഷിച്ചതായും ചിലർ പറയുന്നു. മാങ്ങയുണ്ടോ എന്നു നോക്കുകയാണെന്നു പറഞ്ഞ് വിദ്യാധരൻ തടിതപ്പിയത്രെ. കർക്കടകത്തിലെവിടെയാണ് മാങ്ങയുണ്ടാവുക?

വിദ്യാധരന്റെ അച്ഛൻ ചെറിയ തോതിൽ ഒരു മദ്യപാനിയാണ്. വിഷമങ്ങളൊക്കെ കുടിച്ച് പരിഹരിക്കുന്നതിലൂടെ കൂടുതൽ വിഷമങ്ങൾ സൃഷ്ടിച്ചെടുക്കുന്നവരിൽ ഒരാൾ. അയാളോട് ഒരിക്കൽ വിദ്യാധരൻ കയർത്തതായും കേൾക്കുന്നു.

അയലത്തെ കുടുംബത്തിനു സാമാന്യം നല്ല സ്ഥിതിയാണ്. ടൗണിൽ ഹോട്ടൽ നടത്തുന്ന ഒരാളുടെ വീടാണത്. അഞ്ചിലും ആറിലും ഏഴിലും പഠിക്കുന്ന മൂന്ന് കുട്ടികളുണ്ടവിടെ. മൂത്തത് വിദുര. പെൺകുട്ടികളുടെ വകുപ്പിൽപ്പെട്ടതല്ല വിദുര എന്ന് അവളുടെ അമ്മ പറയും. ഭയങ്കര വികൃതിയാണ്. താഴെയുള്ള ആൺകുട്ടികൾ രണ്ടും മഹാപാവങ്ങളും.

വിദുരയുടെ അമ്മയാണ് വിദ്യാധരന്റെ അമ്മയുടെ ഏക ആശ്രയം. സങ്കടം പറയാനും സഹായം ചോദിക്കാനും എല്ലാറ്റിനും അവരേ ഉള്ളൂ.

വിദ്യാധരൻ മാവിൻകൊമ്പിന്റെ ബലം പരിശോധിച്ച ദിവസം സന്ധ്യ കഴിഞ്ഞ് വിദുരയുടെ അമ്മ ഉറക്കെ വിളിച്ചു: ''വിദ്യാ!''

മുഖത്ത് സ്വതവേയുള്ള ചിരിയുമായി വിദ്യൻ ചെന്നപ്പോൾ അവനോട് അവർ ചോദിച്ചു: ''നിനക്കു കഴിയില്ലേ, ഈ അടങ്ങാപ്പെണ്ണിനെ വല്ലതും രണ്ടക്ഷരം പഠിപ്പിക്കാൻ?''

''എന്നാലതൊന്നു കാണണമല്ലോ'' എന്ന മട്ടിൽ ആ പന്ത്രണ്ടു വയസ്സുകാരി വിദ്യനെ നോക്കി.

അങ്ങനെ തുടങ്ങിയതാണ് ട്യൂഷൻ മാസ്റ്ററായി വിദ്യാധരന്റെ വളർച്ച. അടയ്ക്കാമരം വെട്ടി തൂണും എഴികയുമാക്കി, തേങ്ങാമരത്തലപ്പുകൾ മെടഞ്ഞു മേഞ്ഞ് തന്റെ തൊടിയിൽ വിദ്യാധരൻ ഒരു ഷെഡ്ഡു കെട്ടി. വീട് പെയിന്റടിക്കുന്ന ഉസ്മാൻ തുണിയിൽ വിദ്യാനികേതൻ എന്ന് ബോർഡെഴുതി സൗജന്യമായി നൽകി. പുഴയിലെ മണൽവാരി നിലത്തു വിരിച്ച് ഗുരുകുല ശൈലിയിലാണ് തുടങ്ങിയത്. 'സ്പോക്കൺ ഇംഗ്ലിഷ് കോഴ്സാ'ണ് വിദ്യാനികേതനിലെ മുഖ്യ ആകർഷണം. തനിക്കു കിട്ടിയ കോൺവെന്റ് വിദ്യാഭ്യാസം ഇതു നടത്തുന്നതിൽ വിദ്യാധരനു താങ്ങായി.

രണ്ടു കൊല്ലം മുൻപായിരുന്നു ഈ തുടക്കം. ഇപ്പോൾ വിദ്യാനികതൻ ഓലപ്പുരയല്ല. പഠിത്തം മണലിലല്ല. വിദ്യാധരൻ പ്രിൻസിപ്പാളാണ്. പതിനേഴ് വിദ്യാദാനക്കാർ ഗുരുക്കളായുണ്ട്. കുട്ടികളെ കൊണ്ടുവരുവാനും കൊണ്ടുപോകാനും വാനുണ്ട്.

ഇക്കൊല്ലം അവിടെ പ്ലസ്ടു തുടങ്ങുന്നു. ആ പ്ലസ്ടുവിലേക്ക് മുൻകൂർതന്നെ ആളായിപ്പോയി. പ്ലസ്ടുവിന്റെ കൂടെ സ്പോക്കൺ ഇംഗ്ലിഷിനു പുറമെ എൻട്രൻസ് കോച്ചിങ് കൂടി ഉണ്ട്. കമ്പ്യൂട്ടറുമുണ്ട്.

ഡോക്ടറേറ്റുള്ളവരാണ് അദ്ധ്യാപകരിൽ മിക്കവരും. ഈയിടെ വിദ്യാധരനെ കണ്ടപ്പോൾ ഞാൻ ചോദിച്ചു: ''ഇനി അവിടെത്തന്നെ പ്ലസ്ടുവിനങ്ങട് ചേരരുതോ?''

വിദ്യാധരൻ ചിരിച്ചു: ''ഞാനും അതാലോചിച്ചതാണ്. പക്ഷേ, അതിനിടെ ഒരു ചാൻസ് വേറെ കിട്ടിയിട്ടുണ്ട്. വിദ്യാനികേതൻ ഒരു സർവ്വകലാശാലയാക്കാനുള്ള ചാൻസാണ്.''

''ഡ്രീം ആണോ അതോ ഡീമോ.''

''രണ്ടുമല്ല, ഫോറിൻ.''

‘‘നന്നായി.’’

‘‘അതുമല്ല, വിദുര ഇക്കൊല്ലം പത്താംതരം പരീക്ഷ എഴുതും. തനിക്കൊരു ഗേൾസ് സെക്ഷൻ നടത്താൻ കഴിയുമെന്നാണ് അവൾ പറയുന്നത്. കുട്ടികളുടെ മിശ്രപഠനത്തിൽ താൽപര്യമില്ലാത്ത മതക്കാരാണല്ലോ ഇവിടെയൊക്കെ അധികവും.’’

‘‘പത്താംതരം കഴിഞ്ഞ് വിദുരയും പഠിപ്പു നിർത്തുകയാണോ?’’

‘‘നിർത്താതെന്തു ചെയ്യാൻ?’’ വിദ്യാധരൻ ഉറക്കെയൊരു ചിരി ചിരിച്ചു. ‘‘പാസ്സാകുന്ന ഒരു ലക്ഷണവും ഇല്ല.’’

■

ഉറപ്പ്!

യുക്തിവാദി ചെന്നു തിരുമേനിയോടു ചോദിച്ചു: ''ദൈവം ഉണ്ടോ?''

തിരുമേനി തിരികെ ചോദിച്ചു: ''എന്തേ തനിക്ക് ഇങ്ങനെ ഒരു സംശയം ഇപ്പൊ തോന്നാൻ?

യുക്തിവാദി ശാഠ്യമായി: ''ഉണ്ടോ ഇല്ലയോ എന്ന തീർത്തു പറയൂ.''

''ഇല്യ എന്ന് തനിക്കു നിശ്ചയമുണ്ടെങ്കിൽ പിന്നെ ഈ ചോദ്യം എന്തിനാണ് താൻ എന്നോട് ചോദിക്കണത്...? ഉണ്ട് എന്ന് എനിക്കു നല്ല നിശ്ചയണ്ടെങ്കിൽ പിന്നെ എന്തിനാണ് ഞാൻ അത് മറ്റൊരാളോട് നൂറാവർത്തി പറേണത്?''

■

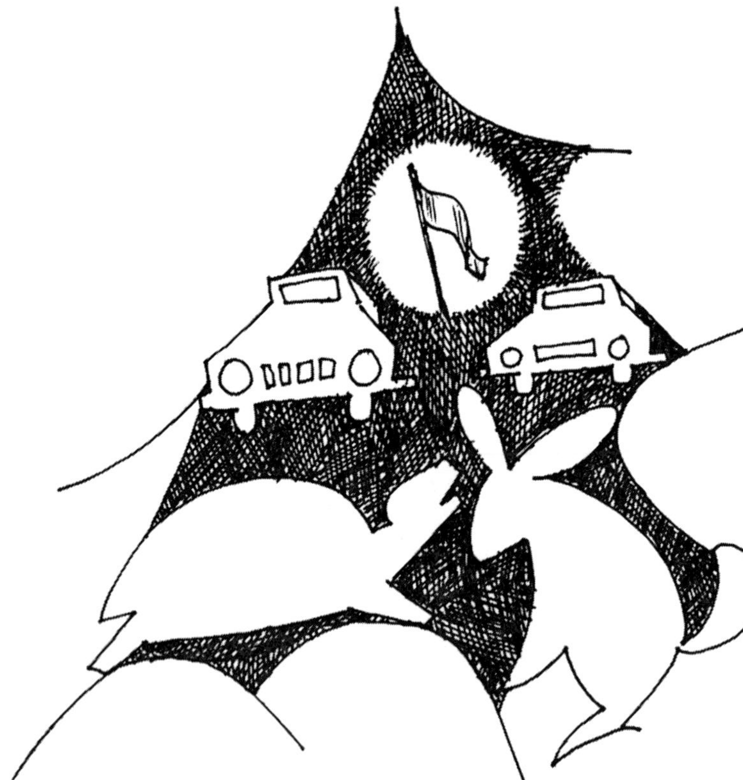

വിജയികൾ

ആമ വിചാരിച്ചു, ഞാൻതന്നെ ജയിക്കും, കഥ അങ്ങനെയാണല്ലോ. മുയൽ വിചാരിച്ചു: കഥയിൽ ഞാനാണ് തോറ്റത്. എന്റെ പൂർവികന്മാർ മണ്ടന്മാർ. അതുകൊണ്ട് വഴിയിൽ കിടന്ന് ഉറങ്ങരുത്. അതിരു കവിഞ്ഞ ആത്മവിശ്വാസം കാരണം ഇനിയും തോൽക്കരുത്.

പന്തയം തുടങ്ങി. മുയൽ മുന്നിൽ ചാടി. ആമ നിരങ്ങി.

വഴിയിൽ കാറുമോടിച്ചെത്തിയ ഒരാൾ മുയലിനോട് പറഞ്ഞു: ''എടോ വിഡ്ഢീ, ഇതിൽ കയറ്. ഇല്ലെങ്കിൽ പഴയ കഥയിലെന്ന പോലെ നീ ഓടിത്തളർന്ന് ഉറങ്ങും! ആമയേ ജയിക്കുകയുള്ളൂ. ഞാൻ പറപറന്നു കൊണ്ടുവിടാം.''

മുയൽ അതിൽ കയറി.

ആമയോട് വഴിയെ വന്ന മറ്റൊരു കാറുകാരൻ പറഞ്ഞു: ''പണ്ടത്തെ കാലമല്ല. മുയലേ ജയിക്കൂ. ഇതിൽ കയറൂ. ഞാൻ മുൻപേ എത്തിക്കാം.''

എന്നിട്ടോ?

നേരം അന്തിയായിട്ടും ആമയോ മുയലോ ലക്ഷ്യസ്ഥാനത്തു ചെന്നു ചേർന്നില്ല. പന്തയം തീരേണ്ടിടത്ത് സമ്മാനവുമായി കാത്തു നിന്നവർ ആശയറ്റു പിരിഞ്ഞു.

രണ്ടു കാറുകളുടെയും ഉടമകൾ ഒരു സത്രത്തിൽ ഊൺമേശ യ്ക്കു മുന്നിൽ ഒത്തുചേർന്ന് മദ്യപിക്കുന്നതിനിടയിൽ മുയലിറച്ചിയും ആമയിറച്ചിയും ഡിപ്ലോമാറ്റിന്റെ കൂടെ കടിച്ചു ചവച്ചു വിഴുങ്ങി ഉറക്കെ ചിരിച്ച് ഹസ്തദാനം ചെയ്തു ഗുഡ്നൈറ്റ് പറഞ്ഞു പിരിഞ്ഞു.

■

അങ്ങനെയല്ല, ഇങ്ങനെ

പതിനാറ് വർഷം കഴിഞ്ഞാണ് അപ്പു ദുബായിൽനിന്ന് നാട്ടിൽ വന്നത്. ഇപ്പോൾ മുപ്പത്തിരണ്ട് വയസ്സ്. ആരോഗ്യവാൻ, സുന്ദരൻ. ഭാഗ്യവാനാണെന്ന് എല്ലാരും സമ്മതിക്കുന്നു. അമ്മയെയും രണ്ട് അനിയത്തിമാരെയും ഇത്രയും കാലം സംരക്ഷിക്കയും രണ്ട് അനിയത്തിമാരുടെയും വിവാഹം നല്ല നിലയിൽ നടത്തിക്കുകയും ചെയ്തു. ആയിരം കാതം അകലെ ഇരുന്നുകൊണ്ടാണെങ്കിലും ഒന്നിനും ഒരു കുറവും വരാതെ നോക്കി. ഒരു കാര്യത്തിൽ മാത്രം അമ്മയുടെ ആഗ്രഹം അപ്പു നിറവേറ്റിയില്ല. വീട് പുതുക്കണമെന്ന് അമ്മ മോഹിച്ചു. കേടുപാട് തീർത്ത് സംരക്ഷിച്ചാൽ മതി എന്നാണ് അപ്പു നിശ്ചയിച്ചത്. ഗൾഫിൽ പോയവരെല്ലാം വലിയ വീടുകൾ ഉണ്ടാക്കിയിട്ടും അപ്പു ഈ തീരുമാനത്തിൽ ഉറച്ചു നിന്നു.

വാശിക്കാരനാണ് അപ്പു. പാമ്പിന്റെയും ആനയുടെയും പകയാണ്. അപ്പുവിനെന്ന് ചെറുനാളിലേ അമ്മപോലും പറയും. അച്ഛൻ മരിച്ചതിൽപ്പിന്നെ ഇല്ലായ്മയും വല്ലായ്മയും ആയിരുന്നു. പത്താം ക്ലാസ്സിലെ പഠിത്തംപോലും മുഴുമിക്കാൻ പറ്റിയില്ല. എല്ലാരോടും ദേഷ്യവുമായി നടക്കുന്ന അക്കാലത്താണ് മൂപ്പിൽനായരുടെ തൊടിയിൽ നുഴഞ്ഞുകയറി മാവിൽ കല്ലെറിഞ്ഞത്. അവിടത്തെ കാര്യസ്ഥൻ പിടികൂടി ഉമ്മറത്തൂണിൽ കെട്ടി. ഉച്ചയുറക്കം കഴിഞ്ഞ് വന്ന മൂപ്പിൽനായർ ''നാളെയും ഇത് ആവർത്തിക്കുമോ?'' എന്ന് ചോദിച്ചപ്പോൾ അപ്പു എടുത്തടിച്ചപോലെ പറഞ്ഞു, ''വിശന്നാൽ ഇതും ഇതിലേറെയും ചെയ്യും.''

തിരുവായ്ക്ക് എതിർവാ ഇല്ലാത്ത കാലം. മൂപ്പിൽനായർ കാര്യസ്ഥനോട് കല്പിച്ചു, അപ്പുവിന് അമ്പത് അടി കൊടുക്കാൻ. ചൂരൽ പ്രയോഗം കഴിഞ്ഞ് അഴിച്ച് വിട്ട അപ്പു നേരെ നടന്നത് വീട്ടിലേക്കല്ല, ബസ് സ്റ്റാന്റിലേക്കായിരുന്നു. തീവണ്ടിയിൽ കയറുന്നതും കണ്ടവരുണ്ട്.

മാസങ്ങൾക്കുശേഷമാണ് ദുബായിൽനിന്ന് ആദ്യത്തെ കത്ത് വന്നത്. എങ്ങനെ അവിടെ എത്തി എന്നോ അവിടെ എന്ത് ചെയ്യുന്നു എന്നോ കത്തിൽ ഉണ്ടായിരുന്നില്ല. സുഖമാണ് എന്ന വിവരവും കുറച്ച് കാശും മാത്രം.

പത്തുപതിനാറ് കൊല്ലത്തിനകം നാടാകെ മാറിക്കഴിഞ്ഞു. മൂപ്പിൽനായർ മരിച്ചു. തറവാട് ഭാഗിച്ചു. വലിയ തൊടിയും വീടും വിൽക്കാൻ വെച്ചിട്ട് രണ്ട് വർഷമായി. ഒന്നിച്ച് വാങ്ങാൻ ആളില്ല. അവകാശികളൊക്കെ അന്യനാടുകളിലാണ്. പഴയ കാര്യസ്ഥൻ ഇപ്പോഴും കാര്യങ്ങൾ നോക്കി നടത്തുന്നു.

ആ സ്ഥലം വാങ്ങി അപ്പു പകരം വീട്ടുമെന്ന് എല്ലാവരും പ്രതീക്ഷിച്ചു. അതുതന്നെ സംഭവിക്കയും ചെയ്തു. പക്ഷേ, എല്ലാവരുടെയും അതിനപ്പുറമുള്ള എല്ലാ പ്രവചനങ്ങളും തെറ്റി. ആ വീട് പൊളിച്ചുമാറ്റി വലിയൊരു ബംഗ്ലാവ് അപ്പു പണിയുമെന്ന് നാട്ടിൽ പരക്കെ വിശ്വാസമുണ്ടായിരുന്നു. തൊടിക്ക് ചുറ്റും ഉറപ്പുള്ള മതിൽ കെട്ടുമെന്നായിരുന്നു മനുഷ്യരായ മനുഷ്യരൊക്കെ കരുതിയത്. കാര്യസ്ഥനെ പിരിച്ചയയ്ക്കുമെന്നതിലും രണ്ടു പക്ഷമില്ലായിരുന്നു. ഇതൊന്നുമല്ല സംഭവിച്ചത്. തൊടിയുടെ വേലി പൊളിച്ചു നീക്കി, പഴയ വീട് അടിച്ച് തുടച്ച് കുമ്മായം തേച്ച് വെടിപ്പാക്കി, എല്ലാം പഴയപടി നോക്കാൻ കാര്യസ്ഥനെത്തന്നെ ഏല്പിച്ചു. 'ആർക്കും എപ്പോഴും ഏതിലെയും കടന്നു വരാം, ഏത് മാവിലും ആർക്കും കല്ലെറിയാം' എന്നൊരു വലിയ ബോർഡ് വീടിനു മുന്നിൽ സ്ഥാപിക്കയും ചെയ്തു.

ധാടിയോ മോടിയോ കാട്ടാതെ നാട്ടിൽ കഴിയവേ, അപ്പുവിനെ ഇന്റർവ്യൂ ചെയ്യാൻ മാധ്യമപ്രവർത്തകർ എത്തി. ഇതല്ലല്ലോ സാംസ്കാരികമായി കേരളം ശീലിച്ച പ്രതികാരമുറ എന്ന് അവർ അത്ഭുതം കൂറി. കരിന്തുടയിൽ കിട്ടിയ ചൂരലടിക്ക് സൗമനസ്യം കൊണ്ട് പ്രതികാരമോ! അദ്ധ്വാനിച്ചുണ്ടാക്കിയ പണം ചെലവാക്കി വാങ്ങിയ ഭൂമി നാട്ടുകാർക്ക് യഥേഷ്ടം കയറിയിറങ്ങാനും ഇഷ്ടപ്പടി ഉപയോഗിക്കാനും തുറന്നിടുകയോ? നഷ്ടബോധങ്ങളുടെ കഥകളിലും നോവലുകളിലും അവാർഡുസിനിമകളിലുമൊന്നും കാണുന്നത് ഇങ്ങനെ അല്ലല്ലോ? ഷർട്ടിന്റെ മുകളിലത്തെ നാലു ബട്ടൻ ഇടാതെ സ്വർണച്ചങ്ങല കാട്ടി മാറുന്തി നിന്ന് മുറിബീഡി പുകച്ച് ആ കാര്യസ്ഥന്റെ മുഖത്തൂതുകയല്ലേ ശരി? അതു കഴിഞ്ഞ് അയാളെ ചവിട്ടുകയും അയാളുടെ മകളെ കല്യാണം കഴിച്ച്

ഉപേക്ഷിക്കുകയുമൊക്കെയല്ലേ വേണ്ടത്? അപ്പുവിന്റെ പുനരവതാരത്തിന് അപ്പുവിനോട് മാത്രമല്ലേ സ്നേഹമുണ്ടാകാവൂ?

പക്ഷേ, ഈ അപ്പു മാധ്യമങ്ങളോട് പറഞ്ഞത് ഇങ്ങനെ: ''ഞാൻ വാങ്ങി വായിച്ചത് ഹാരോൾഡ് റോബിൻസ് എഴുതിയ പുസ്തകങ്ങൾ അല്ല. ദസ്തയെവ്സ്കിയും ടോൾസ്റ്റോയും എഴുതിയതാണ്. അതിനാൽ, പ്രതികാരം എന്ന വാക്കിന് എനിക്കറിയാവുന്ന അർത്ഥം ഇതാണ്. എനിക്ക് കിട്ടാതിരുന്ന കാരുണ്യം മറ്റുള്ളവർക്ക് നൽകുമ്പോഴുള്ള സന്തോഷമുണ്ടല്ലോ, അതാണ് എനിക്ക് ലഹരി.''

വേണ്ടത്ര ചൂടും ചൂരുമില്ലാത്തതിനാൽ ഈ നിലപാടിനോട് മാധ്യമങ്ങൾ വലിയ പത്ഥ്യം കാട്ടിയില്ല. ചെറുവാർത്തയിൽ കാര്യം ഒതുങ്ങി. അധികമാരും സംഗതി അറിഞ്ഞില്ല. അപ്പുവിനെ സന്തോഷിപ്പിക്കാൻ നാട്ടിലെ കുട്ടികൾ മടിക്കുകയും ചെയ്തു. ആർക്കും എറിയാം എന്ന ബോർഡ് വെച്ച് ദിവസങ്ങൾ പലത് കഴിഞ്ഞിട്ടും ആരും എറിയാനെത്തിയില്ല. തടസ്സമില്ലെങ്കിൽ പിന്നെ ഏത് വികൃതിക്ക് എന്ത് രസം? വല്ല സൂത്രപ്പണിയും ഒപ്പിച്ചു വെച്ചിരിക്കയാണോ എന്ന് നിശ്ചയവുമില്ല. ബോർഡിൽ നോക്കി അർത്ഥഗർഭമായി ചിരിച്ച് കുട്ടികൾ പിൻവാങ്ങി.

അപ്പു നാട്ടിലെ കുട്ടികളെ വഴി പിഴപ്പിക്കയാണെന്ന് കാരണവന്മാർ പിറുപിറുത്തു. മാവിൽ ഇഷ്ടപ്പടി കല്ലെറിയാമെന്നായാൽ എറിയാൻ ആരുമുണ്ടാവില്ല. എറിഞ്ഞില്ലെങ്കിൽ ചൂരൽപ്രയോഗം നടക്കില്ല. മുറിപ്പെട്ട മനസ്സുമായി ആരും വണ്ടി കയറില്ല, ദുബായിലെത്തില്ല, വാശിയോടെ കാശുണ്ടാക്കില്ല, തിരിച്ചു വന്ന് നാടിനെ സമ്പന്നമാക്കില്ല. ഇതെല്ലാം നടക്കണമെങ്കിൽ അപ്പു മൂപ്പിൽനായരായി ആ വീട്ടിൽ ഇരിക്കണം, കല്ലെറിയാൻ വരുന്നവരെ പിടിച്ചു കെട്ടി അടിക്കയോ അടിപ്പിക്കയോ വേണം.

സാമൂതിരിപ്പാട്ടിലെ അനുഗ്രഹത്താൽ സ്ഥാനിയായിത്തീർന്ന മൂപ്പിൽനായർ, തന്റെ പദവി അറബികളുടെ അനുഗ്രഹത്താൽ സ്ഥാനിയായ പുതിയ മൂപ്പിലാന് നൽകുകയും ആ മൂപ്പിലാൻ നാളെ മറ്റാരുടെയെങ്കിലും അനുഗ്രഹത്താൽ സ്ഥാനിയാകാൻ ആരെയെങ്കിലും മുറിവേൽപിച്ച് അയയ്ക്കയും വേണം. ഈ ചക്രം ഉരുണ്ടു കൊണ്ടിരുന്നാലല്ലേ രക്ഷയുള്ളൂ? ഇല്ലെങ്കിൽ, കേരളം എങ്ങനെ പുലരും?

അപ്പു തറപ്പിച്ച് പറയുന്നു, ''നമുക്ക് മറിച്ചൊരു ചരിത്രം തുടങ്ങാം.''

ഇത് പക്ഷേ, ആർക്കും ഇപ്പോഴും വിശ്വാസമാകുന്നില്ല.

കാഴ്ചയിൽ തകരാറൊന്നും ഇല്ലെന്നാലും അപ്പുവിന്റെ തലയ്ക്ക് നല്ല വെളിവില്ല എന്നാണ് അടക്കംപറച്ചിൽ. മകളെ അപ്പുവിന് കല്യാണം കഴിച്ചുകൊടുക്കാൻ ആഗ്രഹിക്കുന്ന ഒരു വക്രബുദ്ധി, മറ്റച്ഛന്മാരെ ഈ മോഹത്തിൽനിന്ന് അകറ്റാൻ കെട്ടിച്ചമച്ച് പരത്തിയ ദൂഷണമാണ് ഇതെന്ന് ഒരു പക്ഷവുമുണ്ട്. ഇതു ശരിയെങ്കിൽ ഇതിനെതിരെ അപ്പുവിന്റെ പ്രതികരണം എങ്ങനെ ഇരിക്കുമെന്ന് അറിയാൻ അക്ഷമമാണ് ഇപ്പോൾ ഞങ്ങളുടെ നാട്ടിലെ അന്വേഷണാത്മക മാധ്യമപ്രവർത്തനരംഗം.

■

ബയോടെക്ക് ഡയലോഗ്

തിരുമേനിമാരുടെ എണ്ണതേച്ചുകുളി നടക്കുന്ന പുഴക്കടവിൽ പണ്ടൊരിക്കൽ കേട്ട ഡയലോഗ് അതേപടി പകർത്തതാണ് ഇത്.

തിരുമേനിമാർ എല്ലാവരും കൗപീനമാത്രധാരികൾ. എല്ലാവരും ദേഹത്തിലെ മെഴുക്ക് ഇളക്കിക്കളയാൻ സോപ്പുമായി മല്ലിടുന്നവർ. നേരം സന്ധ്യ. തെളിഞ്ഞ വെള്ളം. ചുവന്ന ആകാശം. കാലം 1957.

''അപ്പൊ നമ്മടെ ഏലങ്കൊളം നമ്മളെ എല്ലാരേം ഒറ്റയടിക്കു പറ്റിച്ചു. അല്ലേ?''

''അതിപ്പൊ, അങ്ങനെ തീർത്തു പറയാനൊന്നും വയ്യ. അവനവനു ചെയ്യാൻ കഴീണതല്ലെ ആർക്കും ചെയ്യാൻ സാധിക്കൂ? പട്ടിപേപ്പട്ടിയായാൽ പിന്നെ സ്വന്തക്കാരെത്തന്നെ കടിച്ചാലാണോ അത്ഭുതം, കടിച്ചില്ല എങ്കിലല്ലെ അത്ഭുതം?''

''പേയിളകിയ ലക്ഷണങ്ങളൊക്കെ കൃത്യമായി ഉണ്ട് എന്നിരിക്കിലും പേ നാട്യം എന്നൊന്നു മാത്രം ആയിക്കൂടെ ഇത്? പട്ടിപ്പേ എപ്പോഴും പേ എന്നു നിശ്ചയംതന്നെ എന്നുവെച്ച് മനുഷ്യപ്പേ മറ്റുള്ളോരെ പറ്റിക്കാൻ കാട്ടുന്ന വെറും പെപ്പെപ്പേ ആയിക്കൂടാ എന്നുണ്ടോ, ഓയ്ക്കൻ?''

''പക്ഷേ, അയാൾക്കെന്തൊ ഇതുകൊണ്ടാക്കെ ഒരു മെച്ചം എന്നാണ് എനിക്കു പിടികിട്ടാത്തത്.''

''ആട്ടെ, നാം ചെയ്യണ പണികൊണ്ടൊക്കെ നമുക്കെന്തൊ മെച്ചം?''

''അങ്ങനെ ചോദിച്ചാൽ...''

''അങ്ങനെയും ചോദിക്കണ്ടേ? ഉദാഹരണത്തിന് സംബന്ധം തന്നെ. അതുകൊണ്ട് നമുക്കെന്താ ഒരു ഗുണം? മുറുക്കും തുപ്പും കൊണ്ട് എന്താ ഗുണം? അമ്പലത്തിലെ ഊരായ്മകൊണ്ട് എന്താ ഗുണം? കഥകളി കണ്ടിട്ട് എന്താ ഗുണം?''

‘‘ഇതുകൊണ്ടാക്കെ ഒരുപാടുണ്ട് ഗുണം. ഇല്ല്യാന്നു ധരിക്കണ്ട.’’

‘‘ആട്ടെ, എന്തു ഗുണം എന്നൊന്നു തെളിച്ചു പറയാൻ പറ്റ്വോ?’’

‘‘ബുദ്ധിയുള്ള ഒരാൾക്ക് ഈവക ഒന്നും തരായില്ല്യാച്ചാൽ ഉണ്ടാകുന്ന കുഴപ്പങ്ങളാണ് ഇപ്പൊ ഈ കാണണത്.’’

‘‘ഒന്നുകൂടി അങ്ങട് തെളിച്ചു പറയൂ, മൂത്തേടം.’’

‘‘ഒരില്ലത്തെ ഒരാള് കാണാൻ തീരെ നന്നല്ലാത്ത ആളാണ് എന്നു നിരീക്ക്യ. പുഴുപ്പല്ലനായി, കറുത്തു കുറുതായി, കുട്ടിസ്രാങ്കിന്റെ മോന്ത പോലെ മുഖവുമായി, അതിനും പുറമെ വേറെയും ചില കോറുകേടുമായി ഒരാളാണ് താൻ എന്നു വിചാരിക്ക്യ. ഇല്ലത്ത് കാര്യായിട്ട് വഹകളും ഇല്യ എന്നുകൂടി വിചാരിക്ക്യ. വിചാരിച്ച്വോ?’’

‘‘ഓ. ഓ. വിചാരിച്ചു.’’

‘‘ഇനി നിരീക്ക്യ: കക്ഷിക്ക് സംബന്ധം വല്ലതും തരപ്പെട്വോ? അതും, കൊള്ളാവുന്ന എന്തെങ്കിലും ഒരു സംബന്ധം? ആരോടെങ്കിലും താൻ സംബന്ധമുദ്ര കാണിച്ചാൽ, ‘‘നമ്പൂര്യായതോണ്ട് മാത്രം ആയില്ല്യല്ലോ തിരുമേനി’’ എന്ന് മുഖത്തടിച്ച മറുപടി കേൾക്കേണ്ടിവരില്ലെ?’’

‘‘വരും.’’

‘‘അപ്പൊ പിന്നെ ഈ ജാതി ചെല വിദ്യകളേ പോംവഴി ഉള്ളൂ. മനസ്സിലായ്യോ...? സഖാവായാൽ ഒക്കെ തരാവും. എവടേം തരാവും. വേറേം ഒന്നിനും ഒരു കൊറവും വരില്ല. ഒരു ഇല്ലം പോയാലെന്താ, ഒരു സംസ്ഥാനം മൊത്തമായിട്ടല്ലെ തനിക്ക് ജന്മസ്വത്തായിക്കിട്ടീത്? പോരെ?’’

‘‘നമ്പൂരിസ്സഖാക്കളെ മൊത്തത്തിൽ അടച്ചങ്ങനെ പേടും കൂരും എന്നു പറയാൻ പറ്റ്വോ? സുന്ദരന്മാരായി ചെലരൊക്കെ...’’

‘‘ശരി, ഒരാളെ പറഞ്ഞാട്ടെ...! വെഷമിക്കണ്ട, ഇല്ല! കമ്യൂണിസ്റ്റായ നമ്പൂരാരൊക്കെ പേടും കൂരുംതന്നെയാണെടോ. ഏലങ്കൊളം മാത്രമല്ല, എല്ലാ പൊട്ടക്കൊളങ്ങളും!’’

■

സംബന്ധസന്ധി

പണ്ടൊരു തിരുമേനി സംബന്ധത്തിനു പോകുമ്പോൾ കാൽക്കീഴിൽ വെളിച്ചം കാണാൻ കയ്യിലെടുത്ത് നടക്കുന്നത് ഒരു ചിരട്ടവിളക്കായിരുന്നു. ഒരു ചിരട്ടയിൽ കുറച്ച് എണ്ണ, അതിൽ ഒരു തിരി.

മറ്റൊരു തിരുമേനി തന്റെ സംബന്ധവഴിയിൽ എന്നും ഇദ്ദേഹത്തെ കടന്നുപോകുമായിരുന്നു, കയ്യിൽ ഒരു ചൂട്ടുമായി. എതിർവശത്തെ ഒരു വീട്ടിലാണ് ഇദ്ദേഹത്തിന്റെ കിടപ്പുവട്ടം.

വഴിയിൽ കുശലം പറയും.

അങ്ങനെ ഇരിക്കെ ഒരു ദിവസം കൂട്ടുകാരൻ തിരുമേനി ചൂട്ടിനു പകരം ഒരു ടോർച്ചുമായി പ്രത്യക്ഷപ്പെട്ടു. അക്കാലത്ത് ഞെക്കുവിളക്ക് അപൂർവമായിരുന്നു.

അന്നുമുതൽ ചിരട്ടവിളക്കുകാരൻ തിരുമേനി തന്റെ ചങ്ങാതിയോട് കുശലം പറയാതെയായി. കണ്ടാൽ മുഖം വീർപ്പിക്കും.

കാര്യം പിടികിട്ടാതെ കുഴങ്ങിയ മറ്റേയാൾ ഒരു രാത്രിയിൽ ചിരട്ടവിളക്കുകാരനോട് ചോദിച്ചു: ''എന്താ നല്ലേടം, ഒരു മുഷിച്ചിലുപോലെ?''

''താൻ എന്നെ നിഷ്പ്രഭനാക്കിയാൽ ഞാൻ മുഷിയണ്ടേ?''

''ഞാൻ നല്ലേടത്തെ നിഷ്പ്രഭനാക്കി എന്നോ! ഇതെന്ത് കൂത്ത്...!''

''കുഞ്ഞുലക്ഷ്മി പറേണു, ഇനി ഞെക്കാനൊരു നല്ല വിളക്കില്ലാതെ അങ്ങട് ചെല്ലണ്ടാന്ന്.''

''അത്രേ ഉള്ളു? ആട്ടെ, നല്ലേടം ആ ചിരട്ടവിളക്ക് ഇങ്ങുതരൂ. നാണിക്കുട്ടീടെ പക്ഷം ഇങ്ങനെ അധികം പ്രകാശം കാണിച്ച് എല്ലാരേം കൊട്ടിയറിയിച്ച് അങ്ങട് ചെല്ലണ്ടാന്നാണ്...!''

■

AMBILI

അരിയാൽ

ഞങ്ങളുടെ നാട്ടിൽ ഒരു അരിയാലുണ്ട്.

ആളുകൾ അരി കിഴി കെട്ടി അതിന്റെ ചുവട്ടിൽ കൊണ്ടുചെന്നു വെക്കുന്നു. ഇതു ചെയ്താൽ ദാരിദ്ര്യം വരില്ല എന്നാണ് ശ്രുതി.

ഈ ആചാരമുണ്ടായതിന്റെ പിന്നിൽ ഒരു രഹസ്യമുണ്ട്.

നാട്ടിൽ കോളറ പടർന്ന കാലത്ത് അതിന്റെ കൂടെ അറുപട്ടിണിയും ഉണ്ടായിരുന്നു. ഉള്ള വീടുകളിൽനിന്ന് അരി പിരിച്ച് ഇല്ലാത്തവർക്കു കൊടുത്ത് പട്ടിണി മാറ്റാൻ ചിലർ ശ്രമിച്ചു, നടന്നില്ല. അപ്പോഴാണ് ഓയക്കൻതിരുമേനി നാഴിയരി കിഴി കെട്ടി ആരും കാണാതെ ഈ ആലിൻചുവട്ടിൽ നിക്ഷേപിച്ചത്.

ആ അരിക്കിഴി കണ്ട് ആളുകൾ ചർച്ചയായി.

ആൾക്കൂട്ടത്തിൽ കടന്ന് തിരുമേനിതന്നെ പറഞ്ഞു, ''അതറിയില്യെ, ഈ ആലിൻചുവട്ടിൽ വെള്ളിയാഴ്ചതോറും നാഴിയരി കിഴി കെട്ടി വെച്ചാൽ ദാരിദ്ര്യം പമ്പ കടക്കും!''

അതിനുശേഷം ആലിൻചുവട്ടിൽ കിഴികൾ എന്നും സുലഭമായി.

പട്ടിണിക്കാർ രഹസ്യമായും പരസ്യമായും ആ അരി എടുത്തു.

നാട്ടിലെ പടുദാരിദ്ര്യം നീങ്ങി.

ഇപ്പോഴും ഈ ആലിൻചുവട്ടിൽ അരിക്കിഴികൾ എത്തുന്നു.

പക്ഷേ, ആലിന്റെ ഊരായ്മാവകാശത്തിന് ഇപ്പോൾ നാലു കേസുകൾ നിലവിലുണ്ട്, തർക്കത്തിനൊരു അറുതി വരുത്താൻ ഒരു ഓയ്ക്കൻ തിരുമേനി ജീവിച്ചിരിപ്പുമില്ല.

■

ഇരട്ടിപ്പിക്കൽ

ആ കൊച്ചുകുടിലിന് എതിരെ, റെയിലിന് ഇപ്പുറത്തുള്ള വാടക വീട്ടിൽ ഞങ്ങൾ നാല് ചെറുപ്പക്കാർ താമസം തുടങ്ങിയിട്ട് രണ്ടു വർഷമായി. ആ കുടിലിലെ പത്തുവയസ്സുകാരിയായ മെലിഞ്ഞ പെൺകുട്ടി എത്ര കഷ്ടപ്പെട്ടാണ് മുറ്റത്തെ ചെടികൾ നട്ടുവളർത്തിയത് എന്ന് എല്ലാവർക്കും അറിയാം. എവിടെനിന്നെല്ലാമാണ് തൈകളും വിത്തുകളും കൊണ്ടുവന്നതെന്ന് പക്ഷേ, അവൾക്കും ഈശ്വരനും മാത്രമേ അറിയൂ. കാണെക്കാണെ അവിടെ ഒരു പൂക്കാലം താനേ വിടർന്നുവന്നപോലെ ആയി.

പാറപ്രദേശമായതിൽ വേനലിൽ വെള്ളത്തിനു ക്ഷാമമാണ്. കുടിക്കാൻപോലും കഷ്ടി. താഴെ വയലിലെ കൊക്കർണിയിൽ നിന്ന് കോരിക്കൊണ്ടുവന്നാണ് ആ കുട്ടി ചെടികൾ നനയ്ക്കുക.

കൊലുന്നനെ ഒരു കുട്ടി. വലിയ കണ്ണുകളും നീളൻമുഖവും നടുവെ പകുത്തു ചീകി പതിയെ വലിച്ചുകെട്ടിയ മുടിയും മുട്ടു മറയാത്ത പാവാടയുമായി ഒരു പാവം കുട്ടി! ചുള്ളിക്കമ്പുപോലെയുള്ള കൈകാൽ എവിടെയെങ്കിലും ഒന്നു തട്ടിയാൽ ഒടിഞ്ഞുപോകുമെന്നു തോന്നും. വയറ് എപ്പോഴും അറ്റുകിടക്കും. ചങ്കിലെ കുഴിക്കു നോട്ടിക്കുഴിയുടെ ആഴം.

ആ കുട്ടി ആരുടെയെങ്കിലും കൂടെ കളിക്കുന്നതോ നന്നായൊന്നു ചിരിക്കുന്നതോ ഞങ്ങളാരും കണ്ടിട്ടില്ല. ഗൗരവക്കാരിയായതുകൊണ്ടല്ല. മുഖത്തു ഗൗരവമല്ല. സങ്കടവും അല്ല. എന്നെ ഒന്നും ചെയ്യരുതേ എന്നൊരു അപേക്ഷാഭാവം മാത്രം. സ്കൂളിലേക്കു പോകുന്നതും വരുന്നതും അതേ ഭാവത്തോടെയാണ്, ചെരിപ്പോ കുടയോ ഇല്ലാതെ.

ആരോടും ഒന്നും പറയുന്ന കൂട്ടത്തിലല്ല. ഞാനവളോട്, ഇന്നേ വരെ ഒരക്ഷരവും ചോദിക്കുകയോ പറയുകയോ ഉണ്ടായിട്ടില്ല. അവൾ ഇങ്ങോട്ടും ഒന്നുമേ ഉരിയാടിയിട്ടില്ല.

എപ്പോഴാണ് ഞാനവളെ ശ്രദ്ധിക്കാൻ തുടങ്ങിയത് എന്നുപോലും നല്ല നിശ്ചയമില്ല. പുല്ലുപോലും മുളയ്ക്കാത്ത പാറമുറ്റത്ത് അവളൊരു

ചെടി നടുന്നതു കണ്ടപ്പോഴായിരുന്നുവോ? ആകണം. കാരണം അത്ര മാത്രം അസാധാരണവും ധീരവുമായ ഒരു കാര്യമായി അതെനിക്കു തോന്നി. അത്രതന്നെ. പെട്ടെന്ന് ആ തോന്നൽ മാറിമറിഞ്ഞതും ഞാൻ ഓർക്കുന്നു. മഹാമണ്ടത്തരംതന്നെ എന്നായിരുന്നു തിരുത്തി വിധി.

ആ കുടിലിനുമുന്നിലെ വഴിയിലൂടെ വന്നുവേണം ഞങ്ങൾക്ക് റെയിൽ മുറിച്ചുകടന്ന് കൂടണയാൻ. അതുകൊണ്ട്, ആ ചെടിക്ക് എന്തുപറ്റി എന്നു നിരീക്ഷിക്കുക എളുപ്പമായിരുന്നു. അസാധാരണ മായ ശ്രമം എന്തായി എന്നറിയാൻ ജിജ്ഞാസ ഉണ്ടായി.

ഒരു ജൈവവളക്കൂമ്പാരത്തിൽ പാകിയ മട്ടിലാണ് ആ ചെണ്ടു മല്ലിച്ചെടി തെഴുത്തുവളർന്നത്. അത്ഭുതപ്പെടാതിരിക്കാൻ കഴിഞ്ഞില്ല. ആ ചെടിയുടെ കൂട്ടുകാരായി തെച്ചിയും മന്താരവുമൊക്കെ അടുത്ത ദിവസങ്ങളിൽ വന്നു. അവയൊക്കെയും തഴച്ചുതന്നെ വളരുകയും ചെയ്തു.

അവളുടെ അച്ഛനോ അമ്മയോ ആ ചെടികളെ ഏതെങ്കിലും തരത്തിൽ ശുശ്രൂഷിക്കുന്നത് ഒരിക്കലും കണ്ടിട്ടില്ല. ഉറക്കെയുറക്കെ സംസാരിക്കുന്ന അമ്മ ഇരുട്ടിയാൽ കയറിയെത്തുന്ന അച്ഛന്റെ വര വിനുശേഷം ഉറക്കെയുറക്കെ കരയുക പതിവാണ്. തല്ലിക്കൊന്ന് രണ്ടിനെയും റെയിലിലിടും എന്ന പരുഷമായ ലഹരി പ്രഖ്യാപവും കേൾക്കാം. ഇതൊന്നും ആരും ഗൗരവമായി എടുക്കാറില്ല. ആ പൂന്തോട്ട ത്തിന്റെ വളർച്ചയെ എന്നപോലെ കണ്ടില്ലെന്നു ഭാവിക്കുകയോ കാണാതെയും കേൾക്കാതെയും ഇരിക്കതന്നെയോ ചെയ്യുന്നു.

ഞങ്ങൾക്കു വീട് വാടകയ്ക്കു തരുമ്പോഴേ ഉടമസ്ഥൻ പറഞ്ഞി രുന്നു, റെയിൽപ്പാത ഇരട്ടിപ്പിക്കുമ്പോൾ ഒഴിയയേണ്ടിവരുമെന്ന്. ഞങ്ങൾ ചിരിച്ചു തല കുലുക്കി സമ്മതിച്ചു. പതിറ്റാണ്ടുകളായുള്ള ഭീഷണിയായതിനാൽ ചിരിക്കാതെന്തു ചെയ്യും? ഇന്ത്യയിൽ സായ്പ് പണിത രണ്ടാമത്തെ റെയിൽപ്പാളത്തുണ്ടാണ് ഇത്. ഇത്രയും കാല മായി അതേ സ്ലീപ്പറുകൾ കിടക്കുന്നു. മാറിമാറി വരുന്ന സർക്കാരു കൾ വെറുതെ ഓരോന്നു പറയുന്നു.

സർവ്വേക്കാർ വന്നപ്പോഴും നാട്ടുകാർ ചിരിച്ചുതള്ളി. ഇതെത്ര കണ്ടു കഴിഞ്ഞതാണ് എന്നുതന്നെ. കുറ്റിയും കയറുമായി കാല കിങ്കരന്മാർ വന്നതോടെയാണ് കാര്യം നിസ്സാരമല്ലെന്നു ചിലർക്കെ ങ്കിലും തോന്നിയത്.

ഞങ്ങളുടെ മുറ്റത്ത് കുറ്റികൾ നാട്ടി. മറുപുറത്താകട്ടെ, ആ കുടിലും കഴിഞ്ഞ് പിന്നിലാണ് കുറ്റികൾ നിരന്നത്.

AMBILI

ആ വീടും മുറ്റവും ആ കുട്ടിയുടെ അല്ലാതെയായി. എന്നിട്ടും പക്ഷേ, ആ കുട്ടി ചെടികളെ ശുശ്രൂഷിക്കുന്നതിൽ ഒരു കുറവും വരുത്തിയില്ല. ചെടികളാകട്ടെ പൂർവ്വാധികം വാശിയോടെ വളർന്നു.

ഒരു കൊല്ലം പിന്നെയും കഴിഞ്ഞ് ഇന്നലെയാണ് ബുൾഡോസറുകൾ വന്നത്. അവൾ നട്ട തെച്ചിയിൽ ആദ്യത്തെ പൂക്കൂട വിരിയാൻ കാത്തു നിൽക്കുകയായിരുന്നു ആ യന്ത്രം എന്നു തോന്നി.

കൂട്ടമായി, രാക്ഷസന്മാരെപ്പോലെയാണ് അവ വന്നത്. ഇടിച്ചും മാന്തിയുമെടുക്കുന്ന ചെങ്കൽപ്പാറമണ്ണ് അപ്പോഴേ കൊണ്ടുപോകാൻ നിരയായി ടിപ്പർ ലോറികളും ഉണ്ടായിരുന്നു.

ഞാൻ രാവിലെ ഓഫീസിലേക്കിറങ്ങുമ്പോൾ ആ കുടിലും പൂന്തോട്ടവും ഒക്കെ അതുപോലെ ഉണ്ടായിരുന്നു. ചിലപ്പോൾ അത് ഉടനെ പൊളിക്കും എന്ന് ആരോ പറയുന്നുമുണ്ടായിരുന്നു. പാതയോരത്തിരുന്ന് പുക വലിച്ച് അവർ മറ്റ് ചിലതുകൂടി പറഞ്ഞു. സ്ഥലത്തിനും കുടിലിനും കിട്ടിയ കാശ് അയാൾ കുടിച്ചുതീർത്തിട്ടുണ്ട്. മാറിപ്പോകാൻ ഇടമില്ല. തള്ളയും കുട്ടിയും എങ്ങു പോകുമോ എന്തോ?

വൈകുന്നേരം ഞാൻ ഓഫീസിൽനിന്ന് വരുമ്പോൾ ആ കുടിലോ പൂന്തോട്ടമോ അവിടെ ഇല്ല. പകരം, ചെങ്കൽപ്പാറ അരിഞ്ഞെടുത്ത മുറിവായ ഭിത്തിയും നിരപ്പായ നിലവും. രണ്ടും അപ്പോഴാദ്യമായി വെയിലും വായുവും ഏൽക്കുകയാണ്.

ചെടികൾ വേരോടെ, പൂക്കളോടെ റെയിൽപ്പാളത്തിൽ വാടിക്കിടപ്പുണ്ട്. മണ്ണ് കൊണ്ടുപോകുന്നവർ പെറുക്കി വലിച്ചെറിഞ്ഞ ചണ്ടികളുടെ കൂടെ. അതിനിടയിൽ എവിടെയെങ്കിലും ആ പെൺകുട്ടിയും കിടപ്പുണ്ടാകുമെന്നു ഭയന്നുപോയി.

ഭാഗ്യം, അവളുടെ വാടിയ ശരീരം അതിനിടയിലെങ്ങും കണ്ടില്ല. അങ്ങനെയൊരാൾ അവിടെ ജീവിച്ചിരുന്നു എന്നു പറഞ്ഞാൽ ആരുമിനി വിശ്വസിക്കുകയുമില്ല. തെളിവില്ലല്ലോ.

ഇരട്ടിപ്പിച്ച പാതകളിലൂടെ അതിവേഗം നീങ്ങുമ്പോൾ, പാതയോരങ്ങളിലെ നഷ്ടപ്പെട്ട പൂന്തോട്ടങ്ങളെപ്പറ്റി ആലോചിക്കാൻ നേരമെവിടെ? ഏറ്റുവാങ്ങാൻ ആളില്ലാത്ത സ്നേഹത്തിന് എന്തു സ്മാരകം?

■

പരാതികൾ

ശിരസ്സ് പറഞ്ഞു, ഏറ്റവും ഉയരെ ഞാനായതിനാൽ എങ്ങുമെങ്ങും മുട്ടി എന്നും എനിക്കു നോവുന്നു, ഇനി വയ്യ.

കണ്ണുകൾ പറഞ്ഞു, വേണ്ടാത്തതും അരുതാത്തതും കണ്ടുകണ്ട് എനിക്കു മടുത്തു, ഇനി വയ്യ.

ചെവി പറഞ്ഞു, അനാവശ്യങ്ങളും നുണകളും കേട്ടുകേട്ട് എനിക്ക് മതിയായി, ഇനി വയ്യ.

നാക്കു പറഞ്ഞു, ഈ അരുചികൾ എനിക്ക് ഇനി സഹിക്കാനാവില്ല.

ഹൃദയം പറഞ്ഞു, പിറവിതൊട്ട് ഒരു നിമിഷവും നിർത്താതെ ഞാൻ രക്തം ചാമ്പുന്നു, ഞാൻ നിർത്തുകയാണ്.

ആമാശയവും കുടലും ഒരേ ശ്വാസത്തിൽ പറഞ്ഞു, ഈ വിധം അഴുക്കുചാലുകളായി ഇനിയും തുടരാൻ ഞങ്ങൾക്കു കഴിയില്ല.

കാലുകൾ പറഞ്ഞു, ഇത്രയേറെ ഭാരം ചുമന്നുള്ള ഈ ഉപജീവനത്തിന് ഇനി ഒരു നിമിഷം ഞങ്ങൾ ഒരുക്കമല്ല.

തുടർന്ന് എല്ലാരും സ്വതന്ത്രരായി.

അടുത്ത നിമിഷത്തിൽ എല്ലാവരും മരിക്കുകയും ചെയ്തു. ■

വിജയരഹസ്യം

പണ്ടൊരിക്കൽ ഒരിടത്ത് ഒരു വൃദ്ധൻ ഉണ്ടായിരുന്നു. ഒരിക്കലും ഒരു യുവാവായിരുന്നിട്ടില്ലാത്ത ഒരു വിചിത്രമനുഷ്യനായിരുന്നു അയാൾ.

അതേ കാലത്ത് അതേ സ്ഥലത്ത് ഒരു യുവാവുണ്ടായിരുന്നു. അയാൾ കാലമെത്ര ചെന്നിട്ടും വൃദ്ധനായില്ല.

ദൈവസൃഷ്ടിയിലെ ഈ വൈപരീത്യം ഇരുവരെയും ഒരു പോലെ അമ്പരപ്പിച്ചു. ഒരു ദിവസം നിത്യവൃദ്ധൻ നിത്യയുവാവി നോടു ചോദിച്ചു: നിങ്ങളുടെ വിജയരഹസ്യം എന്താണ്?

വിജയരഹസ്യമോ? എന്തു വിജയം?

യുവത്വം നിലനിർത്തുന്നതിലെ വിജയംതന്നെ.

അത് നിലനിർത്താൻ ഞാൻ ഒന്നും ചെയ്യുന്നില്ല. അതിനാൽ അതു നിലനിൽക്കുന്നു. ഇതൊരു വിജയമാണെന്ന് എനിക്ക് തോന്നു ന്നില്ല. അതിനാൽ എനിക്ക് ഇക്കാര്യത്തിൽ പരാജയവുമില്ല.

നിത്യവൃദ്ധന് ജയപരാജയങ്ങളെക്കുറിച്ചുള്ള ആധി തീർന്നു.

അതോടെ അയാളുടെ നെറ്റിയിലെ ചുളിവുകൾ മാഞ്ഞു. അയാൾക്കു നന്നായി ഉറങ്ങാൻ സാധിച്ചു. ചെറുപ്പവും ചുറുചുറു ക്കുമായി.

■

വിദ്യാഭ്യാസം

രണ്ടു കുട്ടികൾ തീവണ്ടിയിൽ യാത്ര ചെയ്തു. രണ്ടു പേരും ടിക്കറ്റ് വാങ്ങിയിരുന്നില്ല. വേണ്ടെന്നു കരുതിയിട്ടല്ല. കാശുണ്ടായില്ല.

മണ്ടൻ എന്ന കുട്ടി തീവണ്ടി എന്ന മഹാത്ഭുതത്തെപ്പറ്റി അത്ഭുതപ്പെടുകയായിരുന്നു. എത്രയെത്ര പെട്ടികളാണു കൂട്ടിക്കൊളുത്തിയിട്ടിരിക്കുന്നത് എത്ര ധൃതിയിൽ പോകുന്നു!

വേറൊന്നിനെക്കുറിച്ചും ചിന്തിക്കാൻ മണ്ടനു സമയമുണ്ടായില്ല. ഓരോ സ്റ്റേഷനിലും വണ്ടി നിന്നാൽ മണ്ടൻ പ്ലാറ്റ്ഫോമിൽ ഇറങ്ങും. സിഗ്നൽ താഴുന്നതും കൊടി കാണിക്കുന്നതും വണ്ടി ചൂളം വിളിക്കുന്നതും എല്ലാം മണ്ടൻ നോക്കി മനസ്സിലാക്കി. വണ്ടിയുടെ യന്ത്രത്തെ മണ്ടൻ പഠിച്ചു - ഇരുമ്പുദണ്ഡുകൾ മുന്നോട്ടും പിന്നോട്ടും

നീങ്ങുന്നതും ചക്രങ്ങൾ ചലിക്കുന്നതും ആവിശക്തി ചലനശക്തി യായി മാറുന്നതും മണ്ടൻ വിശദമായി പഠിച്ചു.

മുണ്ടന്റെ ശ്രദ്ധ ഇതിലൊന്നുമല്ലായിരുന്നു. അവൻ ഭാവിപരി പാടികൾ ആസൂത്രണം ചെയ്യുകയായിരുന്നു.

വണ്ടി എത്തേണ്ടിടത്ത് എത്തിയപ്പോൾ മണ്ടനും മുണ്ടനും ഇറങ്ങി. ഇത ദൂരം വലിച്ചുകൊണ്ടെത്തിച്ച മഹായന്ത്രത്തെ ഒരിക്കൽക്കൂടി കാണണമെന്നു മണ്ടനു മോഹം; എഞ്ചിന്നരികിൽച്ചെന്ന് വായും പൊളിച്ചു മണ്ടൻ നിന്നു. മുണ്ടൻ പറഞ്ഞു: ‘‘ഞാൻ പോകുന്നു. സൂത്രത്തിൽ പുറത്തു കടക്കണം: ടിക്കറ്റില്ലാത്തതല്ലേ?’’

അമ്പരപ്പിനിടയിൽ മണ്ടൻ ഇതു കേട്ടതേയില്ല.

മുണ്ടൻ റെയിൽ മുറിച്ചുകടന്നു ബുക്കിങ് ഓഫീസിന്റെ പിന്നി ലൂടെ പാളിയും പതുങ്ങിയും പുറത്തു കടന്നു.

മണ്ടൻ ശരിയായ വഴിയിൽ ആളുകളുടെ കൂട്ടത്തിൽ പുറത്തേക്ക് ഒഴുകി. ഗെയിറ്റിൽ മണ്ടൻ തടഞ്ഞുനിർത്തപ്പെട്ടു. മണ്ടൻ കരഞ്ഞു; അമ്മയെ കാണണമെന്ന് അലമുറയിട്ടു. ടിക്കറ്റ് എക്സാമിനർ പാവം തോന്നിയിട്ടു മണ്ടന്റെ പിരടിയിൽ പിടിച്ചു സ്നേഹത്തോടെ: ‘‘കഴുതേ പോ’’ എന്ന് ഊക്കിൽ ഒരു തള്ളു കൊടുത്തു. മണ്ടൻ സാഷ്ടാംഗം നമസ്കരിച്ചുകൊണ്ടു ബാഹ്യലോകത്തിലേക്ക് പ്രവേശിച്ചു.

മണ്ടൻ പിൽക്കാലത്ത് വിദഗ്ദ്ധനും പക്ഷേ, തൊഴിൽരഹിതനു മായ എൻജിനീയറായി, മുണ്ടൻ കോടികളിൽ കിടന്നുരുളുന്ന കച്ച വടക്കാരനും.

മണ്ടൻ എന്ന കുചേലനും മുണ്ടൻ എന്ന കൃഷ്ണനും ഭാവിയിൽ ഒരു വഞ്ചിപ്പാട്ടിലെ പാത്രങ്ങളാകാം, ഇതിനകം ആയിക്കഴിഞ്ഞിട്ടി ല്ലെങ്കിൽ.

■

ഡിപ്ലോമസിയുടെ തുടക്കം

പടിഞ്ഞാറിന്റെ ആധുനികകാല കണ്ടുപിടുത്തമാണ് ഡിപ്ലോമസി എന്ന ധാരണ എനിക്കില്ല. അതു കണ്ടുപിടിച്ചത് ഞങ്ങളുടെ തറ വാട്ടിലെ ഒരു പഴയ വലിയമ്മായിയാണ് എന്നാണ് എന്റെ അറിവ്.

ക്ഷമയുടെ അവതാരമായിരുന്നു ആ വലിയമ്മായി. പ്രകോപ നമോ, പ്രലോഭനമോ, മുഖസ്തുതിയോ, ഭീഷണിയോ ഒന്നും അവ രുടെ അരികിൽ വിലപ്പോവില്ലായിരുന്നു. മഹാമുശടനും മുൻകോപിയും ജഗപോക്കിരിയുമായിരുന്ന വലിയമ്മാമനെ വരച്ച വരയിൽ നിർത്താൻ ഈ അമ്മായിക്കുള്ള കഴിവാണത്രെ അന്ന് തറവാട്ടില ചെറുപ്പക്കാരുടെ പ്രാണൻ വരെ എടുക്കുന്നതിൽനിന്ന് ആ ഉഗ്രനെ പലപ്പോഴും തടഞ്ഞു വെച്ചത്.

വെണ്ണ അലിയുന്ന ചെറുചൂടോടെ പൊടിയരിക്കഞ്ഞിയും കുറുക്കു കാളനും ചുട്ട പപ്പടവുമായിരുന്നുപോൽ കാരണവരുടെ ഇഷ്ട പ്രാതൽ. ആ കഞ്ഞികുടി മഹാചടങ്ങുമായിരുന്നു. എല്ലാം കൃത്യമായി വേണം അകായിലൊന്നും ഒച്ചയോ അനക്കമോ കേൾക്കരുത്.

അങ്ങനെ ഇരിക്കെയാണ് വിളമ്പി വെച്ച കഞ്ഞിയിൽ ഒരു കുനി യനീച്ച വീണത്. അല്പം തിമിരം വന്നുവെങ്കിലും കാരണവർക്ക് അന്നും കാഴ്ച അത്ര മോശമായിരുന്നില്ല. ഈച്ചയെ കണ്ടപടി അട്ട ഹാസവും ശകാരവും തുടങ്ങി, ശകാരമെന്നാൽ എത്ര തവണ മുങ്ങി ക്കുളിച്ചാലും ചെവിയിൽനിന്നു പോകാത്ത ജാതി ഭരണിപ്പാട്ടാണ്.

ഭാഗ്യത്തിന് അമ്മായി ഉടനെ എത്തി ഇടപെട്ടു. ഈച്ചയെ ചൂണ്ടിയ കാരണവരുടെ വിരൽ വാതംകൊണ്ടും ഉടൽ ദേഷ്യംകൊണ്ടും വിറ യ്ക്കെ, നയജ്ഞയായ അമ്മായി വേഗം ആ ഈച്ചയെ എടുത്ത് തള്ളവിരലിനും ചൂണ്ടുവിരലിനുമിടയിലിട്ട് തിരുമ്മിയരച്ച് പൊടി തൂളാക്കി കാണിച്ച് ഭംഗിയായി ചിരിച്ചു ചോദിച്ചു - ഇതൊരു കറുത്ത വറ്റല്ലെ! ആയ്യായീ, ഇതിനാണോ ഈ കോലാഹലം! കണ്ണു തീരെ കാണാതെ ആയി എന്ന് കുട്ടികൾക്കു തോന്നില്ലെ.

ഏതു ഗുരുതരമായ പ്രശ്നത്തെയും ലഘൂകരിക്കുന്നതിനെയാണ് ഡിപ്ലോമസി എന്നു പറയുന്നതെങ്കിൽ ഇതിലേറെ വലിയ ഡിപ്ലോമസി എന്തുണ്ട്? മനസ്സാന്നിദ്ധ്യം നഷ്ടപ്പെടാതെ നോക്കിയാൽ ഇങ്ങനെ എന്തെങ്കിലും ചില വിദ്യകൾ ആർക്കും പരീക്ഷിക്കാം. ശ്രദ്ധിക്കുക, ടൈമിങ്ങാണ് പ്രധാനം! ഒരു നിമിഷം വൈകിയാൽ ഫലിക്കില്ല എന്നല്ല ഫലം നേർവിപരീതവും ആയിത്തീരാം. ■

കിടങ്ങ്

കറുപ്പുപിടിച്ച നഖങ്ങളുള്ള ചുളിവീണ വിരലുകൾ ഞെരിച്ചു പൊട്ടിച്ച്, അലസത കലർന്ന അത്ഭുതത്തോടെ വയസ്സൻ അപരിചിതനെ നോക്കി. ചുമലിലെ മുഷിഞ്ഞ തോർത്തുമുണ്ടിന്റെ തുമ്പു കൊണ്ടു കണ്ണു തുടച്ചു പിന്നെയും നോക്കി.

അപരിചിതൻ ചോദ്യം ആവർത്തിച്ചു: ''അറിയാമോ?''

''കുറച്ചൊന്ന് ആലോചിക്കേണ്ട വിഷയമാണ്,'' വയസ്സൻ പിറുപിറുത്തു. എന്നിട്ട്, അസ്തമയസൂര്യന്റെ രശ്മികൾ കണ്ണിൽ വീഴുന്നത് ഒഴിവാക്കാൻ വേണ്ടി അപരിചിതന്റെ പടിഞ്ഞാറുഭാഗത്തേക്കു മാറി നിന്ന് നോട്ടം തുടർന്നു: ''എത്ര വയസ്സായി?''

''എന്തിനറിയണം?''

''ആവശ്യമൊന്നുമുണ്ടായിട്ടല്ല; വെറുതേ. ഒരു മുപ്പത്തഞ്ചായിക്കാണും, അല്ലേ?''

''ഇതു വല്ലാത്ത ശല്യമായല്ലോ'' എന്ന ഭാവത്തിൽ നടന്നു നീങ്ങാൻ ഭാവിച്ച അപരിചിതൻ രണ്ടടി വെച്ച് തിരികെ വന്നു, ''എനിക്ക് മുപ്പത്തിയാറു വയസ്സായി. ഇനി പറയൂ, ഞാൻ ചോദിച്ച ആ വീട്ടിൽ ഇപ്പോൾ ആരുണ്ട്?''

വയസ്സൻ ചോദ്യം കേട്ടില്ല. അയാൾ വിരലുകളിൽ എന്തോ കണക്കു കൂട്ടുകയായിരുന്നു: ''ശരിയാണ്, മുപ്പത്തിയാറുതന്നെ. ഈ മേടത്തിൽ മുപ്പത്തിയേഴു തികയും, അല്ലേ?'' വയസ്സന്റെ കണ്ണുകളിൽ ഒരു ചെറിയ തിളക്കമുണ്ടായി.

പരിഷ്കൃതരീതിയിൽ വസ്ത്രധാരണം ചെയ്ത ആരോഗ്യവാനും സുമുഖനുമായ അപരിചിതൻ ആവശ്യപ്പെട്ടു: ''എനിക്കു വഴി പരിചയമില്ല. ഒന്ന് കാണിച്ചുതരാമോ?''

''വഴിയെല്ലാം മറന്നുപോയി, അല്ലേ?''

''ഞാൻ ഈ ഭാഗത്ത് ഇതിനുമുമ്പ് ഒരിക്കലും വന്നിട്ടില്ല.''

വയസ്സൻ നടന്നുതുടങ്ങിയപ്പോൾ അപരിചിതൻ പിന്നാലെ ചെന്നു. ചെങ്കൽപ്പാതയിൽ യാത്രക്കാർ വേറെ ആരും ഉണ്ടായിരുന്നില്ല. പാതയുടെ ഇരുവശങ്ങളിലും ചെമ്മണ്ണു പുരണ്ട പറങ്കിമാവുകൾ നിരന്നു നിൽക്കുന്നു.

''ആ വീട്ടിൽ ആരെയാണു കാണേണ്ടത്?'' വയസ്സൻ ചോദിച്ചു.

''അവിടെ കുറെ പഴയ ഗ്രന്ഥങ്ങൾ ഉണ്ടെന്നു കേട്ടുകേൾവിയുണ്ട്. ഞാനൊരു ഗവേഷണവിദ്യാർത്ഥിയാണ്.''

പോകെപ്പോകെ, വഴി കുണ്ടും കുഴിയും നിറഞ്ഞും കല്ലുകളടർന്നും പുല്ലും പൊന്തയും പിടിച്ച് അലങ്കോലപ്പെട്ടും കിടന്നു.

''ആ വീട്ടിൽ ഇപ്പോൾ ആരുമില്ല; ആൾപ്പാർപ്പില്ല,'' വഴികാട്ടി അറിയിച്ചു: ''പക്ഷേ, അന്വേഷിച്ച് ആരെങ്കിലും, അവസാനം, വരുമെന്ന് എനിക്കറിയാമായിരുന്നു.''

''ആൾപ്പാർപ്പില്ലെങ്കിൽപ്പിന്നെ വാതിൽ തുറന്നുകിട്ടുകയില്ലല്ലോ. അപ്പോൾ, എന്റെ ഈ യാത്ര വെറുതേയായി.''

''വാതിലുകൾ തുറന്നുതന്നെയാണ് കിടക്കുന്നത്, ഒരിക്കലും അടയ്ക്കരുതെന്ന് അവിടത്തെ വലിയമ്മാമൻ കാശിക്കു പോകുന്നതിനു മുമ്പ് എഴുതിവച്ച ഒസ്യത്തിൽ പ്രത്യേകം പറഞ്ഞിട്ടുണ്ട്.''

''ആശ്ചര്യമായിരിക്കുന്നു!''

''ആരെങ്കിലും വരുമെന്ന് അറിയാമായിരുന്നു.'' വഴികാട്ടിയുടെ സ്വരത്തിൽ കൃതാർത്ഥതയുണ്ടെന്ന് അപരിചിതനു തോന്നി.

''ആ പ്രതീക്ഷയ്ക്കു നിദാനം?''

''നിങ്ങൾക്ക് ഓർമ്മയുണ്ടാവില്ല. ഗുരുവായൂരിൽവെച്ചാണ് അതു സംഭവിച്ചത്. ആറ്റുനോറ്റുണ്ടായ ഒരേ ഒരു മരുമകനെ അഞ്ചു വയസ്സായപ്പോൾ ഇളനീർ - തുലാഭാരത്തിനു ഗുരുവായൂർക്കു കൊണ്ടുപോയതായിരുന്നു. അവിടെവെച്ചു കുട്ടിയെ കാണാതായി. പിന്നെ ഇതാ...''

''കഷ്ടംതന്നെ. ആ കുട്ടി എവിടെപ്പോയി?''

''അറിയില്ല, അല്ലേ?''

''എനിക്കറിയില്ല.''

''ഇല്ല. എങ്ങനെ അറിയാൻ. അത്ര ചെറിയ പ്രായത്തിൽ...''

''നിങ്ങൾ ഇവിടെ എവിടെയാണ്?''

''നിങ്ങൾക്ക് - കൃഷ്ണൻകുട്ടി എന്നല്ലേ പേര്? - പോകാനുള്ള വീട്ടിലെ കളപ്പുരയിലാണ് ഞാൻ താമസിക്കുന്നത്. വീട് പ്രതീക്ഷയോടെ തുറന്നു വെച്ചിട്ടുണ്ട്.''

‘‘കൃഷ്ണൻകുട്ടിയെന്നല്ല, എന്റെ പേര് ശ്രീകൃഷ്ണദാസ് എന്നാണ്.’’

‘‘എല്ലാം ഒന്നുതന്നെ. ഭഗവാന്റെ മായ!’’

‘‘അല്ല, എല്ലാം ഒന്നല്ല.’’

‘‘അതെ.’’ വയസ്സൻ പൊട്ടിപ്പൊട്ടി ചിരിച്ചു. സന്തോഷംകൊണ്ടു വയസ്സന്റെ കണ്ണുകൾ നിറഞ്ഞു: ‘‘അതെ, അതെ.’’

ഇടിഞ്ഞുപൊളിഞ്ഞ വീട് ദൂരെ കണ്ടുതുടങ്ങി.

പടിപ്പുരയുടെ ഒരു ഭാഗം തകർന്നിരിക്കുന്നു.

ഇലകൾ കൊഴിഞ്ഞുവീണു മുറ്റം വൃത്തികേടായിരിക്കുന്നു.

‘‘അശ്രീകരങ്ങൾ!’’ വയസ്സൻ മുറുമുറുത്തു: ‘‘അടിച്ചുവാരി വൃത്തിയാക്കണമെന്ന് എത്ര തവണ പറഞ്ഞാലും ആർക്കുമൊരു കൂസലുമില്ല.’’

മുറ്റത്ത് ഓടിക്കളിക്കുകയായിരുന്ന വലിയ ഒരു എലിയും അതിന്റെ കുറെ കുട്ടികളും കാല്പെരുമാറ്റം കേട്ടു ഞൊടിയിടയിൽ മറഞ്ഞു.

പടിപ്പുരയ്ക്കൽ എത്തിയപ്പോൾ വഴികാട്ടി നിന്നു: ‘‘ചെല്ലൂ.’’

‘‘നിങ്ങൾ വരുന്നില്ലേ?’’

‘‘എനിക്കു പ്രവേശനമില്ല.’’

‘‘ആർ തടയുന്നു?’’

‘‘പ്രകൃതിനിയമമാണ്.’’

പൂമുഖത്തിന്റെ മുന്നിൽ വീതി കുറഞ്ഞ ഒരു തോട്ടിൽ വെള്ളം കണ്ട് അപരിചിതൻ അന്വേഷിച്ചു: ‘‘എന്തിനാണ് ആ തോട്?’’

‘‘അതു കിടങ്ങാണ്. നിങ്ങൾക്കു ഭക്ഷണം പാകം ചെയ്തുവെച്ചിട്ടുള്ളതിൽ ഉറുമ്പ് അരിച്ചുകയറാതിരിക്കാനായി ഈ കിടങ്ങുണ്ടാക്കിയതാണ്. ഉറുമ്പുകളെമാത്രം തടയാൻ ഉണ്ടാക്കിയതായതിനാൽ വളരെ ചെറുതായിപ്പോയി.’’

‘‘നിങ്ങൾ വരുന്നില്ലെങ്കിൽ ഞാൻ അകത്തു കടക്കുന്നില്ല.’’

‘‘ഒന്നും പേടിക്കാനില്ല. വേഗം ചെല്ലൂ. ഇത് നിങ്ങളുടെ വീടാണ്!’’

തുറന്നുകിടക്കുന്ന തടിവാതിൽ ഒന്നുകൂടി തുറന്നു എന്നു തോന്നുകയും അതിന്റെ ശബ്ദം അശരീരിയായി കേൾക്കുകയും പെട്ടെന്നു പരിസരം തിരിച്ചറിയുകയും ചെയ്തപ്പോൾ, തടഞ്ഞുനിർത്തപ്പെട്ട ഉറുമ്പുകളുടെ കൂട്ടത്തിൽ ആ വഴികാട്ടി കിടങ്ങിന്റെ അപ്പുറത്തു നിൽപ്പുണ്ടായിരുന്നു, ഒരു പ്രതിമപോലെ.

മാഷ്-കുട്ടി-സംവാദം

അവധി കഴിഞ്ഞു സ്കൂൾ തുറന്ന കാലം. ആദ്യത്തെ ക്ലാസ്സ്. പുതു മുഖങ്ങൾ. പുറത്തു മഴ അലതല്ലി ആർത്തിരമ്പുന്നു.

പാതിക്കഷണ്ടിക്കാരനും മദ്ധ്യവയസ്കനുമായ അദ്ധ്യാപകൻ. മുഷിഞ്ഞ മുണ്ട്; പിഞ്ഞിയ രണ്ടാംമുണ്ട്.

മാഷ് ചോദിച്ചു: ''കുഞ്ഞുങ്ങളേ പറയുവിൻ, നിങ്ങൾ എന്തിനാണ് സ്കൂളിൽ ചേർന്നത്?''

കുഞ്ഞുങ്ങൾ ആർത്തു: ''പഠിക്കാൻ.''

മാഷ്: ''എന്തു പഠിക്കാൻ?''

കുഞ്ഞുങ്ങൾ: ''കണക്കും ചരിത്രവും ഭൂമിശാസ്ത്രവും ഇംഗ്ലീഷും മലയാളവും ഹിന്ദിയും പഠിക്കാൻ.''

''എന്തിന്?''

കുഞ്ഞുങ്ങൾ വിഷമിച്ചു.

ഒരുത്തൻ പറഞ്ഞു: ''കോൺട്രാക്ട് പിടിക്കാൻ. എന്റെ അച്ഛൻ അതാണ് ചെയ്യുന്നത്.''

''എന്നിട്ടെന്താ ഗുണം?''

''പണം കിട്ടും.''

''പണം കിട്ടിയിട്ടോ?''

''സുഖമായി ജീവിക്കാം.''

''സുഖമെന്നാൽ എന്താണ്?''

മറുപടിയില്ല.

വേറൊരു കുട്ടി പറഞ്ഞു: ''സാർ, ഉദ്യോഗത്തിനാണ് പഠിക്കുന്നത്?''

''എന്തുദ്യോഗത്തിന്?''

''എന്തെങ്കിലുമുദ്യോഗത്തിന്.''

''അതെന്തിനാണ്?''

''ശമ്പളം കിട്ടാൻ.''

''എന്നിട്ടോ?''

''അമ്മയ്ക്കു മുണ്ടു വാങ്ങാൻ.''

നടുവിലെ ബഞ്ചിലെ വേറൊരാൾ: ''എനിക്ക് എൻജിനീയറാവണം.''

''നല്ലത്! എന്നിട്ട്?''

''നല്ല ശമ്പളം കിട്ടും, സാർ. പുറമേ...''

പിന്നിലെ ബഞ്ചിൽനിന്ന്: ''എനിക്ക് ഡോക്ടറാണാകേണ്ടത്.''

''നീയാണ് ബുദ്ധിമാൻ. ആതുരശുശ്രൂഷയാണ് ഏറ്റവും നല്ലത്.''

''ഞാൻ ലോകത്തുള്ള എല്ലാവരെയും ഇൻജക്ഷൻ ചെയ്യും – ഒരു ഇൻജക്ഷന് അഞ്ചുറുപ്പികവെച്ച്!''

വൈകി കടന്നുവന്ന മറ്റൊരു കുട്ടി: ''ഞാൻ സിനിമാനടനാവും!''

''കലയാണ് നിനക്കിഷ്ടം, അല്ലേ?''

''നായികയുടെ പിന്നാലെ എനിക്കു മരംചുറ്റി ഓടണം. പാട്ടും പാടണം. നല്ല സമ്പാദ്യവുമാണ്, സാർ!''

എല്ലാവരും ചിരിച്ചു.

ഭാവിനടൻ തുടർന്നു: ''പിന്നെ ഞാൻ സംവിധായകനും നിർമ്മാതാവുമാവും!''

''എന്നിട്ടോ?''

''സുഖിക്കും.''

എല്ലാവരോടുമായി മാഷ് ചോദിച്ചു: ''ഈ പറഞ്ഞ കാര്യങ്ങൾക്ക് എന്തിനാണ് കണക്കും മറ്റും പഠിക്കുന്നത്?''

ആർക്കുമില്ല ഉത്തരം.

അതേവരെ മിണ്ടാതിരുന്ന ഒരു അരസികൻ എഴുന്നേറ്റു നിന്നു, ''ആട്ടെ, മാഷ് എന്തിനാണ് ഞങ്ങളെ പഠിപ്പിക്കാൻ വരുന്നത്?''

മാഷ് ക്ഷീണിച്ചു.

ഭാഗ്യത്തിന് അപ്പോൾ ബെല്ലടിച്ചു.

വരാന്തയിലൂടെ നടക്കുമ്പോൾ മാഷ് ഈ ചോദ്യത്തിനു സ്വയം ഉത്തരം കണ്ടെത്തി: ''വേറെ തൊഴിലില്ലാഞ്ഞിട്ട്!'' ■

സ്ഥിരം പോംവഴി

ധർമ്മശാസ്താവാണ് മഴയുടെ നിശ്ചയക്കാരൻ.

ഒരാൾ പത്തു ദിവസത്തേക്കു മഴ പെയ്യാതിരിക്കാൻ ശാസ്താവിന് ഇളനീർ അഭിഷേകം നേർന്നു തൊഴുതു മടങ്ങി. അയാളുടെ മകളുടെ വിവാഹം നിശ്ചയിച്ചിരിക്കയാണ്.

തൊട്ടുപിന്നാലെ വേറൊരാൾ വന്നു, ഒരു കനത്ത മഴയെങ്കിലും ഉടനെ വേണമെന്ന് അപേക്ഷിച്ച് ഇളനീരഭിഷേകം നടത്തി തൊഴുതു തിരികെ പോയി. അയാൾ ആകെയുള്ള പത്തുപറ വിത്ത് മുളപ്പിച്ചു വെച്ചിരിക്കയാണ്, വയലിൽ നനവില്ല.

രണ്ടും ഒരേ നാട്ടുകാർ.

ഒരു വല്ലാത്ത ചിരിയോടെ ഇതെല്ലാം കണ്ടും കേട്ടും നിന്ന ഓയ്ക്കൻ തിരുമേനിയോട് ക്ഷേത്രത്തിലെ ശാന്തിക്കാരൻ ചോദിച്ചു, ഇനി ഇപ്പോ എന്താ ചെയ്യ്വ്വ, ഓയ്ക്കൻ...?

ഓയ്ക്കന് ഒരു സംശയവും ഉണ്ടായില്ല. ഹെഡ്ക്ലാർക്ക് അവധിയാണ് എന്ന് അങ്ങട്ട് എഴുതി അറീക്ക്യ, രണ്ടാളേം. ■

ഓർമ്മയിലൊരു കിളി

"ഈ സങ്കടം ഞാൻ ആരോടു പറയും!'' ആകെ നനഞ്ഞ ഉടലിലെ വിറയലടക്കാൻ മാറത്തമർത്തിയ കൈകൾ പിൻകഴുത്തിൽ കോർത്തു പിടിച്ച് കാളി ആരോടെന്നില്ലാതെ പിറുപിറുത്തു: ''ആ തിണ്ട് ഇടിയാറായി!''

അധികാരി തന്റെ കുടുമയിൽനിന്നു ചോർച്ചത്തുള്ളികൾ തുടച്ചു മാറ്റി മുഖമുയർത്തി നരച്ച ശീലക്കുടയെ രൂക്ഷമായൊന്നു നോക്കി കാളിയോട് കല്പിച്ചു: ''മാറി നിൽക്ക് കാളിപ്പെണ്ണേ.''

കൂലംകുത്തി ഒഴുകുന്ന പുഴ നുണക്കുഴികൾ വിരിയിച്ചു ചിരിച്ചു. കാളി മനമില്ലാമനസ്സോടെ അല്പം മാറി നിന്നു. മുതല അരിച്ചിറങ്ങി മുങ്ങുന്നപോലെ പുഴത്തിണ്ട് ഇടിഞ്ഞു.

''ഒക്കെ നിന്റെ പോയത്തം,'' കാളി നീണ്ടുപരന്ന പുഴയിൽ നിന്നു കണ്ണെണ്ണെടുക്കാതെ നെടുവീർപ്പിട്ടു: ''ഞാനും പോട്ടെ.''

''നിൽക്ക്,'' അധികാരി തടഞ്ഞു: ''പറയാം.''

പക്ഷേ, വായ തോരാതെ എന്തെങ്കിലുമൊക്കെ പറഞ്ഞുകൊണ്ടേയിരുന്നത് മഴ മാത്രം, ഇടവേളയില്ലാതെ മൂളിപ്പാട്ടു പാടിയത് പുഴ മാത്രവും. കട പുഴകിയ മരങ്ങളും ജീവൻ വേറിട്ടുപോയ ശരീരങ്ങളും ചീർത്തുമുരുണ്ടും ഒഴുകിക്കൊണ്ടുമിരുന്നു.

''വിളിച്ചപ്പോ ഞാനും പോന്നു, അതന്നെ!'' ഒരു കാരണവർ മറ്റുള്ളവരുടെ സഹായം തേടി: ''എന്തേ ഇവടെ നടന്നത്?''

''നിങ്ങൾക്ക് ഇത്ര ഓർമ്മത്തെറ്റായോ?'' അധികാരി നരച്ച പുരികങ്ങൾ ചുളിച്ചു: ''ഇതു ചക്കന്റെ കാളിയല്ലെ, അറിയില്ല്യേ?''

''ഏതു ചക്കന്റെ?''

''പൊഴവക്കത്തെ ചക്കന്റെ കെട്ടിയോള്, അല്ലാതെ ആരടെ?''

''ചോളം നട്ടു നനച്ച് വളർത്തി ചോളക്കുലയിൽ ചക്കമുളഞ്ഞ് വെച്ച് തത്തകളെ പിടിച്ചു വിറ്റ്...''

‘‘അതെ. ആ ചക്കൻ പോയ കഥ അറിയില്ല്യേ?’’

‘‘ചക്കൻ എവിടെപ്പോയി?’’

‘‘ശിവശിവ! കഴിഞ്ഞ കൊല്ലം കണ്ട പുക്കാരത്തൊക്കെ മറന്നു, അല്ലേ.’’

‘‘എന്തു പുക്കാരത്ത്?’’

‘‘എനിക്ക് കഴിയില്ല,’’ അധികാരി മുഖം തിരിച്ചു: ‘‘അഞ്ചു മിനിറ്റ് കഴിഞ്ഞാൽ ഇനിയും മറക്കും!’’

‘‘അറിയാൻ വേണ്ടി അല്ലേ ചോദിക്കണെത്? ഇഷ്ടണ്ടെങ്കിൽ പറയിൻ.’’

‘‘ചക്കനു വിശേഷപ്പെട്ട ഒരു തത്തയെ കിട്ടീല്ല്യേ? ചൊല്ലും ശീലും നല്ല വശള്ള ഒരു തത്തേയ്. ഓർമ്മ തോന്ന്ണ്ണ്ടോ?’’

‘‘അങ്ങനെ ചോദിച്ചാൽ...’’

‘‘ഇല്യ അല്ലെ? നന്നായി. ആ തത്തയെ ആലത്തൂരുകാരൻ ഒരാള് അതിന്റെ തൂക്കം സ്വർണ്ണത്തിന് പകരമായി ചോദിച്ചിട്ടും കൊടുക്കാണ്ടെ ചക്കൻ പൊട്ടനു നിധി കിട്ടിയപോലെ കൊണ്ടുനടന്നതും മറന്ന്വോ?’’

‘‘ഇല്ലില്ല. അതെങ്ങനെ മറക്കാൻ? എന്നിട്ടല്ലെ, ചക്കൻ കിളി പറന്നപ്പൊ കൂടെ ഓടി ചെകുത്താൻകുണ്ടിൽ വീണ്...’’

‘‘അതെ.’’

‘‘അതു കഴിഞ്ഞിട്ട് ഇപ്പൊ ഒരു കൊല്ലം തെകഞ്ഞ്ല്യേ? ഇനി അതിനെപ്പറ്റി...’’

‘‘ഇപ്പൊ പ്രശ്നം ചക്കനല്ല, ചക്കന്റെ ചെക്കനാണ്.’’

‘‘എപ്പൊ എവിടെ നോക്ക്യാലും പ്രത്യക്ഷപ്പെടണ ആ പൊരിഞ്ഞ വിത്തോ?’’

‘‘അതെ. അവനും...’’

‘‘അവന് എന്തു പറ്റാൻ? തീയിലിട്ടാൽ വാടാത്ത ജാതി.’’

‘‘അവനും പറ്റി?’’

‘‘എന്ത്?’’

‘‘തത്ത വീണ്ടും വന്നു.’’

‘‘പഴേ തത്ത?’’

‘‘പഴേ തത്തതന്നെ.’’

‘‘ഇതു വേറൊന്നാവും.’’

''അല്ല. സ്വർഗ്ഗത്ത്ന്ന് ചക്കൻ വിളിക്ക്ണു എന്നും പറഞ്ഞാണ് തത്ത വന്നത്.''

''ഹേയ്, ശുദ്ധ ഭോഷ്ക്. ആള്കൾക്ക് ഇപ്പൊ എന്താ പറയാനറിയാത്തത്? വേറെ ചെലർ പറേണു, വെള്ളക്കാര് ഇവിടുന്ന് പോവും എന്നും മറ്റും.''

''അതെനിക്കറിയില്ല്യ. ഇത് ഞാൻ കേട്ടതാ. കിളി അതു തന്ന്യാണ് പറഞ്ഞിരുന്നത്.''

''എന്നിട്ട് കിളീടെ വാക്കു വിശ്വസിച്ച് ആ ജഗജില്ലിച്ചെക്കൻ ചെകുത്താങ്കുണ്ടുവഴി പോയീന്നോ?''

''പോയി എന്നാണ് ഇപ്പൊ കാളി പറേണത്!''

''ഒരു കണക്കിന് അവനും നാട്ടിനും അതു നന്നായി.'' നാലു കാരണവന്മാരിൽ മൂന്നാമത്തെ ആൾ പറഞ്ഞു: ''അവൻ ഇവടെ വളർന്നാൽ രണ്ടാലൊന്ന് - എന്നുവെച്ചാൽ നാടോ അവനോ - എന്ന സ്ഥിതി വന്നേരുന്നു.''

''ആരടെ കഥയാ ഈ പറേണത്?'' ഓർമ്മത്തെറ്റുകാരൻ ചെവിക്കു മറവു പിടിച്ച് ഉറക്കെത്തന്നെ ആരാഞ്ഞു.

''ഈ കാളീടെ ചെക്കന്റെ,'' അധികാരി ഒച്ചവെച്ചു: ''മനസ്സിലായ്യോ?''

''അതു ശരി,'' എല്ലാം മനസ്സിലായി എന്ന് അയാൾ തല കുലുക്കി: ''ഞാനതങ്ങട്ടു മറന്നു. ആട്ടെ, ഇനി ഇപ്പൊ നമ്മള് എന്താ ചെയ്യ്വാ?''

പല്ലില്ലാത്ത കാരണവർ നെഞ്ചത്തു കൈ വെച്ചു: ''ആ കിളി ഇനിയും വന്നാൽ...''

കാളിയുടെ കണ്ണുകൾ ആകാശത്തിന്റെ കറുത്ത മേലാപ്പിനു താഴെയുള്ള ഇത്തിരിവെട്ടത്തിൽ പരതി നടന്നു, ''ആ പുന്നാരക്കിളി ഒന്നു ബെക്കം വന്നെങ്കിൽ ഇക്കും പോവായിരുന്ന്.''

''എന്താ കാള്യേ, നീയ് ഈ പറയണത്?'' അധികാരി കുടക്കാല് തോളിലിറുക്കി കുട കഴുത്തുകൊണ്ടു പിടിച്ച് കുടുമ അഴിച്ചു കെട്ടി, ''തുക്ടിസ്സായ്വ് ഇപ്പഴേ പറേണു, എനിക്ക് പ്രാന്താണ് എന്ന്. പറേണത് ഇംഗ്ലീഷിലാച്ചാലും കാര്യം ശര്യാ! ജനനമരണരജിസ്റ്ററ് ഇങ്ങനെ പോരാ.''

''തമ്പിരാക്കന്മാര് പോവൂടിൻ,'' കാളി കെഞ്ചി, ''പോയാലേ ആ കിളി പറന്നിറങ്ങി വരൂ.''

''കിളി വന്നാൽ?'' അധികാരി തന്റെ ചൂണ്ടുവിരൽ അസ്ത്രമുന പോലെ കാളിയുടെ നേർക്കു ചൂണ്ടി: ''നീയ് രണ്ടു കാര്യം ചെയ്യണം.

ഒന്ന്, അതിന്റെ പിന്നാലെ പോവരുത്; രണ്ട്, അതിനെ പിടിച്ച് എന്നെ ഏല്പിക്കണം. മേലാവിൽ അയയ്ക്കാനാണ്.''

കാളി ഉറച്ചുനിന്നു: ''കിളി വന്നാ ഞാമ്പോവും.''

''തുക്ടിസ്സായ്വിന്റെ കല്പന...''

''കെട്ട്യോനും ചെക്കനും...''

''അവള് പൊക്കോട്ടെ,'' പല്ലില്ലാത്ത കാരണവർ ഇടപെട്ടു: ''താളും തകരേം തിന്ന് വയറെളക്കം പിടിച്ച് ചാവാതെ...''

അധികാരി ഈ ശുപാർശ വകവെക്കാതെ, അടവു മാറ്റി: ''കാളി പ്പെണ്ണേ, നീയ് ഒരു കാര്യം ചെയ്യ്. ഈ സ്ഥലത്ത്ന്ന് മാറിത്താമ സിക്ക്. ഏതായാലും കിളി ഇനി അടുത്ത കൊല്ലത്തിലേ വരൂ. ഈ കുടിലാണെങ്കിൽ ഇക്കൊല്ലം ഇടിഞ്ഞുപോവും.''

''മേണ്ട, തമ്പ്രാ.''

''ഇതൊരു കല്പനയാണ്.''

''കിളിക്ക് വയി തെറ്റൂലേ?''

''പറഞ്ഞതനുസരിച്ചില്ലെങ്കിൽ പൊലീസ് വരും.''

''മേണ്ട, തമ്പ്രാ.''

''എന്നാൽ മാറിത്താമസിക്ക്.''

''മേണ്ട, ത്രമ്പാ.''

''നമുക്കൊരു കാര്യം ചെയ്യാം.'' പല്ലില്ലാത്ത കാരണവർ പരിഹാരം നിർദ്ദേശിച്ചു: ''വെടിക്കാരൻ കുഞ്ഞനെ തോക്കുമായി പാറാവു നിർത്താം. കിളി വന്നാൽ ഒറ്റ വെടി!''

ഇടിഞ്ഞ തിണ്ടിൽ വെള്ളം ഓളമടിക്കുന്നപോലെ കാളി ചിരിച്ചു.

അധികാരി നനുക്കെയും ചിരിച്ചു: ''കിളി ചത്താൽ കാര്യം പോയി. ചത്ത കിളിയ തുക്ടിക്ക് കാണിച്ചാൽ എന്തു തെളിയിക്കാൻ?''

കാളി ചിരി തുടർന്നു.

ഭീഷണിയുടെ സ്വരത്തിൽ അധികാരി വീണ്ടും ചോദിച്ചു: ''കിളി വന്നാൽ നീയ് പോവും, അല്ലേ?''

''ആ.''

പല്ലില്ലാത്ത കാരണവർ ആ ചോദ്യത്തിന് ഊക്കു കൂട്ടി, ''പൊലീസ് വന്നാലോ? പട്ടാളം വന്നാലോ? ഗൂർക്കപ്പട്ടാളം വന്നാലോ? വെള്ള പ്പട്ടാളം വന്നാലോ?''

''ആര് വന്നാലും വരട്ടെ, കിളി വന്നാൽ കാളി പോവും.''

85

ദൗത്യം പരാജയപ്പെട്ടു മടങ്ങി വലിയ വരമ്പിൽ കയറിയപ്പോൾ അധികാരിയോടു മറവിക്കാരൻ കാരണവർ ചോദിച്ചു: ''ഏതാ ഈ കിളി?''

അധികാരി അതിനു മറുപടി പറഞ്ഞില്ല.

സംഭവത്തിനു മൂകസാക്ഷിയായി കൂടെയുണ്ടായിരുന്ന നാലാമത്തെ കാരണവരുടെ വിരലിൽ തൂങ്ങി, ആ മഹാപ്രസ്ഥാനത്തിന്റെ വാലറ്റത്ത്, ഏഴു വയസ്സായ ഒരു കുട്ടി, വഴിയിലെ കുളമ്പുവെള്ളത്തിൽ ചപ്ലി ചവിട്ടി, സന്തോഷത്തോടെ മഴ നനഞ്ഞു നടന്നു.

അവന്റെ കണ്ണുകൾ ഒരു പച്ചപ്പനന്തത്തയെ മാനത്തും മരക്കൊമ്പിലും തിരഞ്ഞു.

ചൊല്ലും ശീലും ഉറച്ച ആ കിളിയെ കാലം ഇത്രയായിട്ടും കണ്ടുകിട്ടിയിട്ടില്ല.

പ്രതീക്ഷയുണ്ട്. ■

മദം

ആന പാപ്പാനെ തുമ്പിക്കൈകൊണ്ടു തടവി. കൊമ്പന്റെ കണ്ണുകൾ നിറഞ്ഞു. രാവിലെ മുതൽ പാപ്പാൻ വിഷമിക്കുകയാണ്. കാലത്തു ചായ കുടിക്കാൻ കാശുണ്ടായില്ല; ഉച്ചയ്ക്ക് ഉണ്ണാൻ കഴിഞ്ഞില്ല; വൈകുന്നേരം പതിവുള്ള വെളുത്ത വെള്ളവും മുട്ടിയിരിക്കുന്നു. ഇപ്പോഴിതാ, നേരം രാത്രിയായി. വൈകുന്തോറും കൊമ്പന് പാപ്പാന്റെ അത്താഴത്തെക്കുറിച്ചും ആശങ്ക തുടങ്ങി.

പകൽ മുഴുവൻ അവർ ഗ്രാമങ്ങളിലൂടെയും പട്ടണങ്ങളിലൂടെയും നടക്കുകയായിരുന്നു. വെയിലും മഴയും പൊടിയും കാറ്റും ഒന്നും അവർക്കു പ്രശ്നമായില്ല. പ്രശ്നം വിശപ്പു മാത്രം.

പാപ്പാൻ കൊമ്പന്റെ ഓരംചേർന്നു നടന്നു. ആനയ്ക്ക് ഒന്നും കിട്ടിയിട്ടില്ല എന്നായിരുന്നു പാപ്പാനു വിഷമം. ഒരു നല്ല പനമ്പട്ട കിട്ടിയ കാലം മറന്നു. ഒരു പേട്ടുതേങ്ങപോലും വഴിയിൽ ആരും കൊടുത്തില്ല. പഴക്കുലകൾ വഴിനീളെ തൂങ്ങുന്നുണ്ടായിരുന്നു. ഒരു പീടികയിൽ കയറി പാപ്പാൻ ഒരു ചെറിയ കുലയ്ക്കു വില ചോദിച്ചു. കൈയിൽ കാശുണ്ടായിട്ടല്ല, വെറുതെ. ഒരു ശുണ്ണിപ്പഴത്തിനു നാല്പതു കാശ്. ഒരു കാശിനു നാല്പതെണ്ണം കിട്ടിയിരുന്ന സാധനമാണെന്നു പിറുപിറുത്തുകൊണ്ട് ഇറങ്ങി നടന്നു. ഒന്നരപ്പറ അരിയുടെ ചോറു ണ്ണുന്നവനാണ് ഊക്കൻ കൊമ്പൻ, ഒരു ചോറുരുള കണ്ടിട്ടു മാസങ്ങളായി.

കഥ തുടങ്ങുന്നത് അമ്പലത്തിൽനിന്നാണ്. അമ്പലത്തിലെ ശാന്തി മുട്ടി; വിളക്കുകൾ തെളിയാതായി. ശയനപ്രദക്ഷിണവഴിയിൽ ആനയും പാപ്പാനും വെറുതെ നടന്നു. അമ്പലം ചുറ്റിപ്പറ്റി കഴിഞ്ഞിരുന്നവരെല്ലാം സ്ഥലംവിട്ടിട്ടും ആനയും പാപ്പാനും അവിടന്ന് എങ്ങും പോയില്ല.

ദിവസങ്ങൾതോറും വിശന്നുവലഞ്ഞു തളർന്നു കണ്ണടച്ചു.

ഒരു രാത്രി.

പരവശനായ കൊമ്പന്റെ കാലിൽ ചാരി ദൈവത്തെ ഓർത്തു കരഞ്ഞുകൊണ്ട് പാപ്പാൻ ഇരിക്കുകയായിരുന്നു.

കടംവാങ്ങിയ കളസവും ഇസ്തിരിയിടാത്ത പഴയ ഷർട്ടും കൈയിൽ കമണ്ഡലുവുമായി ദൈവം വന്നു പാപ്പാനെ തൊട്ടുണർത്തി അറിയിച്ചു: ''ഞാൻ പോകുന്നു, ഉപജീവനമാർഗ്ഗമന്വേഷിച്ച്. നിങ്ങൾക്കും പോകാം.''

പക്ഷേ, പാപ്പാൻ ഈ ദർശനം വിശ്വസിക്കാതെ അമ്പലത്തിന്റെ ചുറ്റവട്ടത്തുതന്നെ പട്ടിണികിടന്നു.

ഒരു മാസം കഴിഞ്ഞ് പാപ്പാന് തന്റെ ജീവിതത്തിലെ ആദ്യത്തെ കത്തു കിട്ടി. വൃത്തിയില്ലാതെ എഴുതിയ ഒരു പോസ്റ്റ് കാർഡ്. പാപ്പാനു വായിക്കാനറിയാത്തതിനാൽ വഴിയേ പോയ തൊഴിൽരഹിതനായ എം.എ.ക്കാരനെക്കൊണ്ടു വായിപ്പിച്ചു.

''എനിക്കിവിടെ സുഖമാണ്. നിങ്ങളും ഉപജീവനമാർഗ്ഗമന്വേഷിച്ച് എവിടേക്കെങ്കിലും പോവുകയാണു നല്ലത്. പണ്ടത്തെ ഇരുപത്തിനാലു മണിക്കൂറിനു പകരം എനിക്കിപ്പോൾ എട്ടു മണിക്കൂർ ജോലിയേയുള്ളൂ. അതും അടുക്കളയിൽ അരവാണ്. എന്ന്, സ്വന്തം (ദൈവം) തിരുക്കുടന്നത്തപ്പൻ (ഒപ്പ്). വിലാസം ജവഹർലാൽ നെഹ്റു വിലാസ് ബ്രാഹ്മണാൾ ഹോട്ടൽ ആൻഡ് കാപ്പി ക്ലബ്ബ്. 30–43–72, തിമ്മയ്യാനായർ കോവിൽ തെരുവ്, മദിരാശി. 38.''

പിന്നെ താമസിച്ചില്ല. യാത്ര തുടങ്ങി. മലയിൽ കൂപ്പു വെട്ടുന്നേടത്തു മരം പിടിക്കാൻ പോയാൽ ഉപജീവനത്തിനു വല്ലതും കിട്ടുമെന്നു ദൈവത്തിന്റെ കത്തു വായിച്ച എം.എ.ക്കാരനാണ് പറഞ്ഞത്. അവർ മല അന്വേഷിച്ചാണ് പോകുന്നത്.

തനിക്കു വിശക്കുമ്പോൾ പാപ്പാൻ കൊമ്പന്റെ ചെവിയിൽ അടക്കം പറഞ്ഞു: ''മലയിലെത്തട്ടെ.''

ആന സ്വപ്നങ്ങൾ കണ്ടു; പാപ്പാനും.

നിരത്തിൽ നല്ല നിലാവ്.

ഒരു കൊലകൊമ്പൻ അലറിച്ചീറി എതിരേ വന്നതാണ് അബദ്ധമായത്. അവനു തിളങ്ങുന്ന രണ്ടു കണ്ണുകളും നാലു ചക്രങ്ങളും അവന്റെ പുറത്ത് അനേകം കൂറ്റൻ മരത്തടികളും ഉണ്ടായിരുന്നു.

പാപ്പാന്റെ ചൊല്പടി വിട്ട് അമ്പലത്തിലെ കൊമ്പൻ എതിരാളിയെ സർവ്വശക്തിയുമുപയോഗിച്ച് ഇടിച്ചു.

ഇടിയേറ്റ് എതിരാളി താഴ്വരയിലേക്ക് ഉരുണ്ടു.

ആളുകൾ ഓടിക്കൂടി 'മദയാന' എന്ന് ആർത്തു.

ആനയെ വെടിവെക്കാൻ പൊലീസിന് ആളു പോയപ്പോൾ ഹതാശനായ പാപ്പാൻ നെറ്റിയിലും മാറത്തും ഇടിച്ചു കരഞ്ഞും: ''എന്റെ തിരുക്കുന്നേത്തപ്പാ, ചതിക്കല്ലേ!''

അരവിൽ ശ്രദ്ധാലുവായ ദൈവം കേട്ടുവോ?

ആന പിൻകാൽ. പൊക്കിക്കാണിച്ചു, പാപ്പാൻ കയറി.

ഒരു നിമിഷവും നിൽക്കാതെ കൊമ്പൻ കുതികുതിച്ചു പാഞ്ഞു.

പൊലീസും സംഘവും വന്നപ്പോഴേക്ക് ആനയും ആനപ്പുറത്തെ പാപ്പാനും സഹ്യപർവ്വതത്തിന്റെ താഴ്‌വാരത്തിലെ ഇടതൂർന്ന കാട്ടിൽ എത്തിയിരുന്നു. അവനെ പിൻതുടരുന്ന ആൾക്കൂട്ടം വഴിയിൽ എപ്പോഴോ പിരിഞ്ഞുപോയിരുന്നു.

പിന്നീടെന്തുണ്ടായി എന്ന് ആർക്കറിയാം. ■

പരിഹാരം

രോഗമോ മരണമോ ജനനമോ ഇല്ലാത്ത സമുദായം.

മഴയോ കാറ്റോ വെയിലോ സൂര്യനോ നക്ഷത്രങ്ങളോ ചന്ദ്രനോ ഇല്ലാത്ത പ്രകൃതി.

സുഖകരമായ കാലം.

പുരുഷൻ എന്ന കമ്പ്യൂട്ടർ കൃത്യം ആറരയ്ക്ക് കിടക്കയിൽ നിന്നു സ്പ്രിങ് നിവരുന്നപോലെ എഴുന്നേൽക്കുന്നു. സ്ത്രീയെന്ന കമ്പ്യൂട്ടറും ഒപ്പം 'ഓണാ'വുന്നു. രണ്ടു പേരും ഒരേ തരം ചലനങ്ങളിലൂടെ ഒരേ സമയത്തിനകം ഒരേ ഊൺമേശയുടെ ഇരുപുറവും എത്തുന്നു, ഒരേ അളവു കാപ്പി ഒരേ വേഗത്തിൽ കുടിക്കുന്നു. അടിമകളെന്ന കമ്പ്യൂട്ടറുകളുടെ ശിരസ്സുകളിൽ കയറി ഇരുവരും അവരവരുടെ ഓഫീസുകളിൽ എത്തുന്നു. ഓഫീസിലെ അടിമകൾ കൊണ്ടുവരുന്ന ഫയലുകൾ പ്രോഗ്രാമനുസരിച്ചു തള്ളിനീക്കുന്നു.

നഗരത്തിന്റെ തലച്ചോറിലുള്ള ഒരു വലിയ കേന്ദ്രഘടികാരം എല്ലാവരുടെയും ചലനം നിയന്ത്രിക്കുന്നു. നഗരത്തിന്റെ തലച്ചോറിൽ നിന്ന് റേഡിയോതരംഗങ്ങളായി കല്പനകൾ വ്യക്തികളുടെ തലയിൽ എത്തുമ്പോൾ വ്യക്തികൾ എള്ളിട പിഴയ്ക്കാതെ അവ അനുസരിക്കുന്നു.

നഗരത്തിലെ തലച്ചോറിനകത്തും കമ്പ്യൂട്ടറുകളേ ഉള്ളൂ. ഒരു കോടി കൊല്ലത്തേക്കുള്ള കല്പനകൾ അവിടെ ചുരുൾനാടകളിൽ കാന്തക്ഷേത്രങ്ങളുടെ സഹായത്തോടെ രേഖപ്പെടുത്തിവെച്ചിരിക്കയാണ്.

എല്ലാവരും നഗ്നരാണ്.

ഭാഷകളും വസ്ത്രങ്ങളും ഭൂമുഖത്തുനിന്ന് എന്നോ അപ്രത്യക്ഷമായി.

സ്വർഗ്ഗം ഭൂമിയെ ഭരിക്കാൻ തുടങ്ങിയപ്പോഴാണ് സുഖകരമായ ഈ സ്ഥിതിവിശേഷം ഉണ്ടായത്.

സ്വർഗ്ഗത്തിലെ ഭരണാധികാരികൾ ഇരുപതാം നൂറ്റാണ്ടിന്റെ അവസാനംവരെ ഭൂമിയിലെ കാര്യങ്ങൾ വെറും നാല്പതു കോടി ദീപ്തി വർഷങ്ങൾക്കകലെയുള്ള ഒരു സാധാരണ അയൽക്കാരന്റെ അലസത കലർന്ന മനോഭാവത്തോടെ നോക്കിക്കാണുകയായിരുന്നു.

ക്രിസ്തുവിനു ശേഷം രണ്ടായിരം കൊല്ലങ്ങൾ കഴിയാറായപ്പോഴേക്കു ഭൂമിയിൽ ഭൂമിയിലുള്ളവരുടേതായ എല്ലാവിധ ഭരണരീതികളും പരിഷ്കാരങ്ങളും പരീക്ഷിക്കപ്പെട്ടുകഴിഞ്ഞു. എല്ലാം പരാജയമായിരുന്നു. ഭൂമിയിൽ ജീവിതം അസാദ്ധ്യമായിത്തീർന്നു. ആളുകൾ മേലോട്ടു കൈയുയർത്തി കരയാൻ തുടങ്ങി, കളിപ്പാട്ടങ്ങളുടെ കൂമ്പാരത്തിനുള്ളിൽ കുടുങ്ങി വിശന്നുവലഞ്ഞു കരയുന്ന കുട്ടികളെപ്പോലെ.

കാര്യങ്ങൾ ഇത്രത്തോളമെത്തിയപ്പോൾ സ്വർഗ്ഗത്തിലെ ഭരണാധികാരികൾ ഇടപെടാൻ തീരുമാനിച്ചു.

സ്വർഗ്ഗത്തിലെ ഏറ്റവും വിദഗ്ദ്ധനായ ശാസ്ത്രജ്ഞൻ ഭൂമിയിലേക്ക് അയയ്ക്കപ്പെട്ടു. അദ്ദേഹത്തിന്റെ പേര് അമരൻ എന്നായിരുന്നു. ഭൂമിയിലെ എല്ലാ ജീവജാലങ്ങളുടെയും തലച്ചോറുകൾക്ക് നേരിട്ടു കല്പന കൊടുക്കാൻ കഴിവുള്ള വലിയ ഒരു സൂപ്പർമസ്തിഷ്കം അദ്ദേഹം ഭൂമിയിൽത്തന്നെ സ്ഥാപിച്ചു.

1999 ഡിസംബർ 31-ാം തീയതി രാത്രി 12 മണിക്ക് ആ തലച്ചോറു പ്രവർത്തിച്ചുതുടങ്ങി. ഒരു കോടി കൊല്ലത്തേക്കുള്ള കല്പനകൾ ഒരുക്കിയിട്ടാണ് അമരൻ സ്വർഗ്ഗത്തിൽ തിരികെ ചെന്നു റിപ്പോർട്ടു ചെയ്തത്. അന്നുമുതൽ ഭൂമിയിൽ ഒരു പ്രശ്നവുമില്ല. എല്ലാവർക്കും സുഖമാണ്. എങ്കിലും പശ്ചാത്തലശ്രുതി 'ഇതെന്തു ബോറാണിഷ്ടാ!' എന്ന പിറുപിറുപ്പ്!

■